AF657727

కప్ప– ముద్దుకు ప్రశంసలు

విముఖ పరిస్థితులను సుముఖంగా మార్చి ఆరోగ్యకరమైన, సార్థకమైన, ఉపయోగకరమైన జీవితానికి దారి చూపుతారు బ్రయాన్ ట్రేసీ.

–పాట్రీసియా ఫ్రిప్, నేషనల్ స్పీకర్స్ ఎసోసియేషన్ మాజీ అధ్యక్షులు, 'గెట్ వ్వాట్ యు వాంట్' రచయిత్రి.

ప్రతి ఒక్క పరిస్థితిలోను, విముఖ అంశాలను వదిలివేసి, సుముఖ అంశాలను వెతికి పట్టుకొని ఎలా ఆశావాదిగా, కార్యశూరులుగా మారగలరో చూపుతుంది ఈ పుస్తకం.

–జాక్ కాన్ ఫీల్డ్, CEO, జాక్ కాన్ ఫీల్డ్ కంపెనీస్

బ్రయాన్ ట్రేసీ మరొకసారి సాధించారు! విముఖతలను సుముఖాలుగా మార్చటానికి కప్ప – ముద్దు ఒక కళాఖండం. జీవితాలను మార్చివేసే పఠనానికి సిద్ధం అవండి.

–పాట్ విలియమ్స్, సీనియర్ వైస్ ప్రెసిడెంట్, ఆర్లాండో మ్యాజిక్, 'లీడర్ షిప్ ఎక్సలెన్స్' రచయిత.

విముఖతలను వదిలి, పూర్తిగా సుముఖవ్యక్తి అవటం ఎలాగో ఈ పుస్తకం అద్భుతంగా, ఉద్ధరణాత్మకంగా చూపుతుంది.

– హార్వే మెక్కె, న్యూ యార్క్ టైమ్స్ బెస్ట్ సెల్లర్ 'స్విం విత్ షార్క్స్ వితౌట్ బీయింగ్ ఈటెన్ ఎలైవ్' రచయిత.

మీకు రేపటి కలలకంటే నిన్నటి జ్ఞాపకాలే ఎక్కువగా ఉంటే, ఈ పుస్తకం చదవండి. మీ జీవితం మారిపోతుంది, సుఖసంతోషాలు మీ అనుభవంలోకి వస్తాయి.

– టాడ్ డంకన్, న్యూ యార్క్ టైమ్స్ బెస్ట్ సెల్లర్ 'టైం ట్రాప్స్' రచయిత.

వాస్తవంలో తమ సంకెళ్ళు నిజంగా తెంచుకొని తాముకలగన్న జీవితం దిశగా కదలాలనుకునే వారికి ఇది చదివితీరవలసిన పుస్తకం! ఆలోచనలు రేకెత్తించి, ప్రేరణ కలిగించే పుస్తకం. ఈ పుస్తకం చదివి ఇక్కడ చెప్పిన విషయాలు ఉపయోగించుకోవటం మీ వంతు!

–జాన్ అసరాఫ్, ఉత్తమ రచయిత, సంస్థా శిక్షకులు.

బ్రయాన్ ట్రేసీ సృష్టించిన మరొక విజయసాధనం! సఫలత సాధించటానికి స్వీయబాధ్యత చూపే పుస్తకం. ఇది చదవండి. మీరు నేర్చుకున్నది అమలు జరపండి. మీ భవిష్యత్తును గురించి విశ్వాసంతో ఉండండి.

– బిల్ బాక్రాక్, CSP, CPAE, 'వాల్యూవ్ బేస్డ్ ఫైనాన్షియల్ ప్లానింగ్' రచయిత, 'హై ట్రస్ట్ లీడర్ షిప్' సహరచయిత.

ప్రతి దశాబ్దంలోను అనర్ఘరత్నం ఒకటి అచ్చు అవుతుంది. జీవనగతిని మార్చివేసే సఫలతా సూత్రాలను బ్రయాన్, క్రిస్టినా అమూల్యమైన కానుకగా సానపట్టి, రూపుదిద్దారు. వారిచేతిలో ప్రగాఢమైనది సరళంగా, అసాధ్యమైనది సాధ్యంగా మారుతుంది.

–డెనిస్ వైట్లీ, 'సీడ్స్ ఆఫ్ గ్రేట్ నెస్' రచయిత

కప్ప— ముద్దు

మీ జీవితంలో, వృత్తిలో విముఖతలను
సుముఖాలుగా మార్చటానికి 12 ఘనమైన మార్గాలు

బ్రయాన్ ట్రేసీ

ఈట్ దట్ ఫ్రాగ్ రచయిత

క్రిస్టినా ట్రేసీ స్టెయిన్

తెలుగు అనువాదం : గర్నెపూడి రాధాకృష్ణమూర్తి

MANJUL

మంజుల్ పబ్లిషింగ్ హౌస్

First published in India by

MANJUL

Manjul Publishing House

Corporate and Editorial Office

• 2nd Floor, Usha Preet Complex, 42 Malviya Nagar, Bhopal 462 003 – India

Sales and Marketing Office

• C-16, Sector 3, Noida, Uttar Pradesh, 201301 – India

Website: www.manjulindia.com

Distribution Centres

Ahmedabad, Bengaluru, Bhopal, Kolkata, Chennai,
Hyderabad, Mumbai, New Delhi, Pune

First published by Berrett-Koehler Publishers, Inc., San Francisco, CA, USA.

Telugu translation of *Kiss That Frog: 12 Great Ways To Turn Negatives Into Positives In Your Life And Work* by Brian Tracy & Christina Tracy Stein

This edition first published in India in 2023

ISBN 978-93-5543-700-6

Translation by: Akella Sivaprasad

Printed and bound in India by Manipal Technologies Limited

నా జీవితంలో వెలుగు నా భార్య బార్బరాకు,
నా అద్భుత సంతానం – క్రిస్టీనా, మైఖేల్, డేవిడ్,
క్యాతరీన్ లకు – వారందరూ ఉన్నతమైన ఆత్మాభిమానానికి,
ఆత్మవిశ్వాసానికి సజీవ నిదర్శనాలు. జీవితం అంతా అవ్యాజమైన
ప్రేమ నిరంతర ధారగా లభిస్తూ ఉంటే ప్రజలు అలా ఎదుగుతారు

– బ్రయాన్ ట్రేసీ

అవ్యాజమైన ప్రేమానురాగాలతో నన్ను ప్రోత్సహించే
నా భర్త డామన్ కు, ప్రతిరోజూ నా జీవితాన్ని పాఠాలతో,
నవ్వులతో, ప్రేమతో ఒక సాహసంగా మలిచే నా బిడ్డలు
జూలియా, విల్, స్కార్లెట్ లకు.

–క్రిస్టీనా ట్రేసీ స్టెయిన్

విషయసూచిక

ఉపోద్ఘాతం

కప్ప, యువరాణి

మీ జీవితంతో ఒక అద్భుతం చెయ్యటానికీ, సుఖసంతోషాలు, అద్భుతమైన బాంధవ్యాలు, అత్యుత్తమమైన ఆరోగ్యము, సంపూర్ణమైన అభివృద్ధి, సమగ్రమైన సంతృప్తి అనుభవించటానికి మీరు ఈ భూమి మీదికి వచ్చారు. మరి, మీరు కలలుగన్న జీవితం ఎందుకు జీవించటంలేదు?

మీ సుఖ దుఃఖాలకూ, సఫలతకూ- వైఫల్యానికీ, జయాలు—అపజయాలకు కారణాలు తెలుసుకోవాలంటే దగ్గరలోఉన్న అద్దంలో చూడండి.
అద్దంలో కనబడే వ్యక్తిని గురించి మీ ఆలోచనలు ఎంతనాణ్యంగా ఉంటాయో, మీ జీవితంకూడా అంత నాణ్యంగా ఉంటుంది. మిమ్మల్ని గురించి మీ ఆలోచనలు మార్చుకున్న మరుక్షణం మీ జీవితం మారిపోతుంది.

మంచీ చెడూ అంటూ ఏమీ లేదు. అంతా మన ఆలోచనలోనే ఉన్నది.

– విలియం షేక్స్పియర్

జానపద కథ

అనగనగా ఒకనాటి జానపదకథలో పగబట్టిన ఒక మంత్రగత్తె ఒక అందమైన యువరాజును కప్పగా మార్చివేస్తుంది. ఎవరైనా ఒక యువరాణి ఆయనను ముద్దు పెట్టుకుంటే ఆ శాపం తీరిపోతుంది. అలా ఎన్నటికీ జరుగదని ఆ మంత్రగత్తె దృఢవిశ్వాసం.

అనగనగా అదే కాలంలో ఒక అందమైన యువరాణి అందమైన ఒక యువరాజును పెళ్లి చేసుకోవాలని కలలు గన్నది. కాని ఆమెకు ఆ అందమైన

యువరాజు కనపడలేదు. ఒకనాడు సరస్సు పక్కన తోటలో ఒంటరిగా నడుస్తూ ఉండగా ఆమెకు అక్కడ ఒక వికారమైన కప్ప కనపడింది. ఆ యువరాణి ఆ కొలను పక్కనే కూర్చొని అందమైన యువరాజును పెళ్లాడాలనే తన కోరికనూ, తన పరిస్థితినీ గూర్చి ఆలోచిస్తూ ఉన్నది. అప్పుడు ఆ కప్ప ఆమె చెంతకు చేరి చెప్పింది.

నిజానికి తను ఒక అందమైన యువరాజుననీ, ఆమె గనక తనను ముద్దు పెట్టుకుంటే తను అంతకు పూర్వం ఉన్న అందమైన యువరాజుగా మారిపోతాననీ, అప్పుడు ఆమెను పెళ్ళాడి జీవితాంతము ఆమెను ప్రేమిస్తాననీ చెపుతాడు.

ఆ ఆలోచన ఆమెకు అసంభవంగా తోచింది. కాని ఎంత అయిష్టంగా ఉన్నా ఆమె తన ధైర్యం కూడగట్టుకుని ఆ కప్పను పెదవులమీద ముద్దు పెట్టుకున్నది.

కప్పరూపంలో ఉన్నపుడు చెప్పినట్లు, వెంటనే ఒక అందమైన యువరాజుగా మారిపోయాడు. తన మాట నిలబెట్టుకొని ఆమెను పెళ్లి చేసుకున్నాడు. జీవితాంతమూ ఆ ఇద్దరూ సుఖసంతోషాలతో జీవించారు.

కథ, నీతి

దాదాపు ప్రతి ఒక్కరికీ మనసులో ఏదో ఒకటి లేదా ఇంకా అంతకు మించి అడ్డుకట్టలు ఉంటాయి. రేపు మరొక కొత్తరోజు రాబోతున్నది, అది ఏమి తీసుకువస్తుందోనన్న ఉత్సాహము, ఉద్రేకాలతో ఎదురుచూసే ఆనందము, ఆరోగ్యాలకు అవి అడ్డు పడుతూ ఉంటాయి.

మీకు సాధ్యం అనుకున్నదంతా సాధించటానికి ముందు మీరు మీ జీవితంలో ముద్దుపెట్టుకోవాల్సిన కప్ప ఏది? మీలోని అద్భుతవ్యక్తిని వెలికి తీసుకు రావాలంటే మీలో నాటుకొని ఉన్న విముఖ అనుభవాలు వదిలించుకోవాలి. మీరు వదిలించుకోవలసిన ఆ విముఖ అనుభవాలు ఏమిటి? వాటితో ఎలా వ్యవహరించ బోతున్నారు? మీ మార్పుకు వాటిని ఎలా వినియోగించ బోతున్నారు?

మన అందరమూ కోరేది

ఆనందము, మనశ్శాంతి అనుభూతి చెందటమే మానవ జీవితం ముఖ్య ఉద్దేశ్యం. సామాన్య వ్యక్తులు ప్రతి ఒక్కరూ ప్రేమ, సంతోషము, సంతృప్తి, వంటి సుముఖ ఉద్వేగాలు ఆనందించి అనుభూతి చెందాలని ఆశిస్తారు.

మీపట్ల, ఇతరపట్ల మీలో చెలరేగే విముఖ మానసిక ఉద్వేగాలే మీ అద్భుతమైన జీవితానికీ మీకూ మధ్య అతిపెద్ద అవరోధం. ప్రతి వ్యక్తిలో, ప్రతి అనుభవంలో సుముఖము, విలువైన అంశం లేదా లక్షణం వెతికి పట్టుకోవటం అలవాటు చేసుకోవాలి. అంటే ఆ కప్పను ముద్దు పెట్టుకోవటం నేర్చుకోవాలి. అప్పుడే మీ సఫలకు అవసరమైన సంపూర్ణ సంభావ్యశక్తికి తలుపులు తెరుచుకుంటాయి.

ఈ పుస్తకం వెనుక సుమారు ఐదు మిలియన్ శ్రోతలతో జరిపిన ఐదువేలకు మించిన ప్రసంగాలు, చర్చా గోష్టులు (బ్రయాన్), వేలాది గంటలు శ్రమించి ఇచ్చిన మానసిక సలహాలు సంప్రదింపులు (క్రిస్టీనా) దాగి ఉన్నాయి. విముఖ ఆలోచనలనుంచి సుముఖ ఆలోచనలకు మారటానికీ, ప్రతి ఒక్క సమస్యను ఒక ప్రయోజనంగా దర్శించటానికీ మీరు అనేక ప్రబలమైన ప్రక్రియలు నేర్చుకుంటారు. ఈ ప్రక్రియలన్నీ చాలా సరళం, అతి శక్తివంతం. మీరు పూర్తి ఆత్మవిశ్వాసం సాధించి మీ సంపూర్ణ సంభావ్యశక్తి ప్రయోగించి అసామాన్య జీవితం ఎలా జీవించాలో నేర్చుకుంటారు.

ఈ ప్రక్రియలు, వ్యూహాలు ప్రపంచవ్యాప్తంగా లక్షలాదిమందికి సత్ఫలితాలు చూపించాయి. మీకూ చూపుతాయి. రండి, బయలుదేరుదాం.

1

మీ ఏడు నిజాలు

సజీవంగా ఉన్నందుకు ఆనందంగా, ప్రశాంతంగా, సంతోషంగా, భావోద్వేగమయంగా ఉండటమే మీ సహజ ప్రకృతి. మిమ్మల్ని గురించీ, మీ జీవితంలో ఇతర వ్యక్తులను గురించీ మీరు అద్భుతమైన అనుభూతులు ఆనందిస్తారు. మీరు చేసే పనిలోను మీకు ఆనందం కలుగుతుంది. మీరు చేసిన పనివల్ల ఒక మంచి జరుగుతుందని మీకు సంతృప్తి. సర్వదా మీకు ఇటువంటి అనుభూతులే కలగాలి. ఆ విధంగా మీ జీవితాన్ని మలుచుకోవటమే మీ ధ్యేయం కావాలి.

మీరు పరిపక్వం చెందిన క్రియాత్మకులు. అనుక్షణమూ మీరు మీ సంపూర్ణ సంభావ్యశక్తి ప్రయోగించి, సంతుష్టి చెందే మార్గంలో పయనిస్తూ ఉండాలి. ప్రతిరంగంలోనూ మీకు దొరికిన సదవకాశాలు, మీకు కలిగిన అన్ని శుభాలు, తలచుకొని మీరు కృతజ్ఞులై ఉండాలి. జీవితంలో మీరు ఏమూలనైనా విచారంగా, అసంతృప్తితో ఉన్నారంటే మీ ఆలోచనలలో, అనుభూతులలో, చర్యలలో ఏదోలోపం ఉన్నదన్నమాట. అది సరిదిద్దాలి.

అంతరంగంలో ఇప్పటికే మీరు ఒక రాకుమారుడు లేదా రాకుమార్తె. ఈ విషయం గ్రహించటమే మీ సంభావ్యశక్తి తాళాలు తెరవటానికి కీలకం.

ప్రస్తుతం మీరు ఎక్కడ ఉన్నా, గతంలో మీరు ఏమి చేసినా,

> ఎవరైనా సరే తాము ఎంత ఆనందంగా ఉండదలుచుకుంటే అంత ఆనందంగా ఉంటారు.
>
> **– అబ్రహాం లింకన్**

చెయ్యకపోయినా, ఒక వ్యక్తిగా మిమ్మల్ని గురించి మీరు ఏడు నగ్నసత్యాలు ఒప్పుకొని తీరాలి:

1. మీరు చాలా మంచివారు. అద్భుతమైన వ్యక్తులు. మీ విలువ ఊహాతీతం. మిమ్మల్ని మించినవారు, మీకంటే సమర్థులైనవారు ఎవరూ లేరు.

మీ మంచితనాన్ని, మీ విలువను సందేహించినపుడే మిమ్మల్ని గురించి మీకు ప్రశ్నలు తలెత్తుతాయి. మీరు మంచివారన్న విషయాన్ని మీరు అంగీకరించలేక పోతున్నారు. మీ అసంతృప్తికి మూలకారణం అదే.

2. పలువిధాలుగా మీరు ముఖ్యమైన వ్యక్తులు. మొట్టమొదటగా మీరు మీకు ముఖ్యమైన వ్యక్తులు. మీ వ్యక్తిగత ప్రపంచం మీ చుట్టూ తిరుగుతూ ఉంటుంది. మీరు చూసేది, వినేది ప్రతి ఒక్కదానికీ అర్థం కల్పించేది మీరే. ఈ విశాలప్రపంచంలో మీరు విలువనివ్వనిదానికి దేనికీ విలువ అంటూ ఏమీలేదు.

మీరు మీ తల్లిదండ్రులకు ముఖ్యమైన వారు. మీ జననం వారి జీవితాలలో ఒక ప్రముఖ ఘట్టం. మీరుఎదుగుతూ ఉన్నపుడు మీరు చేసిన ప్రతి ఒక్క పనిలోనూ వారికి అంతరార్థం కనబడింది.

మీ కుటుంబానికీ, మీ భాగస్వామికీ, మీ పిల్లలకూ, మీ సమాజంలో ఇతరులకూ మీరు ముఖ్యులు. మీరు చెప్పే మాటలు, చేసే చేతలు వారిమీద విపరీతమైన ప్రభావం చూపుతాయి.

మీ సంస్థకు, మీ ఖాతాదారులకు, మీ సహోద్యోగులకు, మీ సమాజానికి మీరు ముఖ్యవ్యక్తులు. మీరు చేసే పనులు, చెయ్యని పనులు వారి జీవితాలమీద, ఇతరుల పనిమీద విపరీతమైన ప్రభావం చూపగలవు.

మీరు ఎంత ముఖ్యులుగా అనుభూతి చెందుతారో మీ జీవితం అంత నాణ్యంగా ఉంటుంది. సంతోషంగా ఉంటూ సఫలత సాధించేవారు తమ విలువను, తమ ప్రాముఖ్యతను అనుభూతి చెందుతారు. వారు ఆ విధంగా అనుభూతి చెంది, అలా ప్రవర్తిస్తారు గనుకనే, అది వారికి సహజమయి కూర్చుంటుంది.

విచారంగా, నిరాశతో నిండిన వ్యక్తులు తాము ఎవరికీ అక్కర్లేదు, ఎందుకూ కొరగామనుకుంటారు. నిస్పృహ, నిరర్థకత వారి అనుభూతులు. "నేను ఎందుకూ పనికిరాను." అని వారి అనుభూతి. ఆ కారణంగా వారు ఈ ప్రపంచం మీద విరుచుకు పడుతారు. తమనూ ఎదుటివారినీ కూడా గాయపరిచే తీరున ప్రవర్తిస్తారు.

అంతరంగంలో తాము ఒక రాకుమారుడు, లేదా రాకుమార్తె కావచ్చునని వారు గ్రహించలేరు.

3. మీ సంభావ్యశక్తి అపారం.మీ జీవితమూ, మీ ప్రపంచము మీరు కోరుకున్నవిధంగా సృష్టించుకోగల సామర్థ్యం మీలో ఉన్నది. మీలో నిక్షిప్తమై ఉన్న సంభావ్యశక్తిని మీరు నూరు జన్మలు ఎత్తినా పూర్తిగా వినియోగించలేరు.

ఇంతవరకూ మీరు సాధించినదంతా మీరు నిజంగా సాధించగలిగినదానికి కేవలం ఒక సూచిక మాత్రమే. ప్రస్తుతంలో మీరు మీ సహజ ప్రజ్ఞాపాటవాలు ఎంత పెంపొందించుకుంటే భవిష్యత్తులో మీ సంభావ్యశక్తి అంత పెరుగుతుంది.

మీరు ఆశించిన స్థాయి చేరుకోవటానికి మీ సంభావ్యశక్తి అపారం అని నమ్మటమే కీలకం.

4. మీ ప్రపంచం సృష్టికర్త మీరే – ప్రతి ఒక్క విషయంలోనూ మీ ఆలోచనా విధానంతో, మీ దృఢవిశ్వాసంతో మీ ప్రపంచానికి స్రష్టలు మీరే. మీ నమ్మకాలే మీ వాస్తవాలను సృష్టిస్తాయి. మిమ్మల్ని గురించి మీకు ఉన్న ప్రతి ఒక్క నమ్మకమూ బాల్యంనుంచీ మీరు నేర్చుకున్నారు. ఇక్కడ అత్యాశ్చర్యకర విషయం ఏమిటంటే –మీ ఆనందానికీ, సఫలతకూ అడ్డుపడే నమ్మకాలకు, సందేహాలకు ఆధారం లేదు! అవి వాస్తవాలు కావు! అవి మీరు స్వయంగా గీసుకున్న లక్ష్మణ రేఖలే!

మీరు స్వయంగా సృష్టించుకున్న ఈ నమ్మకాలను పక్కనపెట్టి, మీ అపార వ్యక్తిత్వానికి సరితూగే నమ్మకాలు పెంచుకుంటే, మీ జీవితం తక్షణం మారిపోతుంది.

5. అంతా మీ ఇష్టానుసారం: మీ ఆలోచనా విధానం, మీ జీవనమార్గం అన్నీ మీ చేతిలో ఉన్నాయి. మీ అం తరంగ జీవితం, మీ ఆలోచన అంతా పూర్తిగా మీ అధీనంలో ఉన్నాయి సత్ఫలితాలకు, సత్కార్యాలకు దారితీసే ఆనందకరమైన సదాలోచనలు చెయ్యవచ్చు. లేదా అలవాటు ప్రకారం మిమ్మల్ని వెనక్కు నెట్టి, పడదోసే విముఖాలోచనలు, కాళ్ళకు అడ్డం తగిలే ఆలోచనలు చెయ్యవచ్చు.

మీ మనసు ఒక తోటలాంటిది: అక్కడ మీరు ప్రయత్నించి పూలమొక్కలు నాటకపోతే, మీరు ఏమీ శ్రమపడకుండానే అక్కడ కలుపు మొక్కలు పెరిగిపోతాయి. మీరు ప్రయత్నపూర్వకంగా సుముఖ ఆలోచనలు చెయ్యకపోతే, అక్కడ విముఖ ఆలోచనలు చోటుచేసుకుంటాయి.

అనేకులు జీవితం అంతా విచారంలో గడుపుతూ ఉంటారు. ఎందుకో వారికే తెలియదు. ఈ తోట ఉదాహరణ అందుకు కారణం చూపుతుంది.

6. ఘనమైన అదృష్టంతో మీరు ఈ భూమి మీదికి వచ్చారు. మీరు జీవితంలో ఏదో ఒక అద్భుతం చెయ్యాలి. మీ శక్తిసామర్థ్యాలు, ప్రజ్ఞాపాటవాలు, భావాలు, అంతర్ దృష్టులు అనుభవాలు అద్వితీయాలు. ఇంతవరకు ఈ భూమిమీదికి వచ్చినవారందరికంటే మీరు భిన్నమైన వ్యక్తులు. మీరు సఫలతకోసం చిత్రించబడ్డారు. ఘనత కెక్కటం మీ అంతరంగంలో ఉన్నది.

మీరు ఈ విషయం ఒప్పుకుంటారా లేదా అన్న విషయం మీద మీరు నిర్ణయించుకునే లక్ష్యాలు, ప్రతికూల పరిస్థితులలో మీ పట్టుదల, మీ సాహసాల అంతస్తు, మీ జీవిత మార్గం, దిశా ఆధారపడి ఉంటాయి.

7. మీరు ఏమి చెయ్యగలరు, ఏమి సాధించగలరు, ఏమి పొందగలరు అన్నదానికి అవధులు లేవు. మీ ఆలోచన, మీ ఊహా మాత్రమే ఇక్కడ అవధులు. మీ సందేహాలు, భయాలు మాత్రమే మీ పరమ శత్రువులు. సాధారణంగా ఇవి విముఖమైన నమ్మకాలు. వీటికి ఆధారమంటూ లేదు. సంవత్సరాల తరబడిగా వాటిని నమ్ముతూ వచ్చారు. వాటికి ఎదురుప్రశ్న వెయ్యటం కూడా మర్చిపోయారు.

ది టెంపెస్ట్ లో షేక్స్పియర్ వ్రాసినట్లు, “గతం కేవలం ఒక ప్రస్తావన మాత్రమే.” గతంలో మీకు జరిగినదంతా భవిష్యత్తులో మీకోసం కాచుకొని ఉన్న అద్భుత జీవితానికి నాంది మాత్రమే.

ఈ నియమం గుర్తు ఉంచుకోండి: మీరు ఎక్కడినుంచి వచ్చినా ఫర్వాలేదు. మీరు ఎక్కడికి వెళ్తున్నారన్నదే అన్నిటికంటే ముఖ్యం.

మైఖేల్ ఏన్జలో – డేవిడ్

ఎకాడెమీ ఇన్ ఫ్లారెన్స్ (ఇటలీ) గ్యాలరీలో మైఖేల్ ఏంజలో చిత్రించిన డేవిడ్ విగ్రహం నుల్చోని ఉంటుంది. ప్రపంచంలో అన్నిటికంటే అత్యంత సుందరమైన శిల్పమని చాలామంది అభిప్రాయం.

జీవితంలో తదుపరి సమయంలో ఆయన అంత సుందరమైన శిల్పం ఎలా చిత్రించ గలిగారని మైఖేల్ ఏన్జలోను ఎవరో అడిగారు. ఆయన కథనం ప్రకారం, ఒకనాడు ఆయన తన స్టూడియోకు నడిచివస్తూ పక్క వీధిలోకి తొంగి చూశారు. అక్కడ ఒక పెద్ద చలువరాతి ఖండం పడి ఉన్నది. అది కొన్నిఏళ్ల క్రితం పర్వతాల మీదినుంచి తీసుకు వచ్చారు. దాని చుట్టూ గడ్డి, దుబ్బూ పెరిగి ఉన్నాయి.

ఆయన ఈదారిన చాలాసార్లు నడిచారు. కాని ఈసారి ఆయన ఆగి, ఆ పెద్ద చలువరాతి బండ చుట్టూ చాలాసార్లు తిరుగుతూ దానిని పరిశీలించారు. అప్పుడు ఆయన ఆరంభించ దలచిన విగ్రహానికి సరిగ్గా ఇలాంటి శిలకోసమే చూస్తున్నారని ఆయన గ్రహించారు. ఆ శిల ఆయన తన స్టూడియోకు తెప్పించారు. డేవిడ్ విగ్రహం సృష్టించే ప్రయత్నంలో దానిమీద దాదాపు నాలుగు సంవత్సరాలు కృషిచేశారు.

“మొదట్లోనే ఆ శిలలో నేను డేవిడ్ ను దర్శించాను. అప్పటినుంచీ పరిపూర్ణత మిగిలేవరకూ,డేవిడ్ కానిదంతా అందులోనుంచి తొలిగించటమే నా కర్తవ్యమయింది.” అని ఆయన తర్వాతికాలంలో అన్నట్లు సమాచారం.

ఇది మీ కథ

అదే విధంగా, మీరు కూడా ఆ చలువరాతిలో బంధితులైన డేవిడ్ లాంటివారు కావచ్చు. మీలోని ఔన్నత్యం వెలికి వచ్చిందాకా ఆ భయాలు, సందేహాలు, అభద్రతాభావాలు, విముఖ ఉద్వేగాలు, పిచ్చినమ్మకాలు తొలగించటమే మీ జీవితంలో గురుతర లక్ష్యం.

మీ కర్తవ్యం ఆ 'కప్పను ముద్దు పెట్టుకొని' ప్రతి సన్నివేశంలోనూ ఉండగల సుముఖ అంశాలను కనిపెట్టి, ప్రయత్నపూర్వకంగా విముఖతలను సుముఖాలుగా మార్చటమే. అప్పుడు మీ నిజజీవితంలో 'అందమైన రాకుమారుడు' వెలికి వస్తాడు.

సఫలతకు, ఆనందానికి మీ సంపూర్ణ సంభావ్యశక్తికి తాళాలు తెరిచి, మీలో అంతర్గతంగా ఉన్న అసామాన్య వ్యక్తిగా రూపొందటానికి ఇప్పుడే ఇక్కడే నిర్ణయం చెయ్యండి. ఈ ప్రపంచంలో మీరు సాధించాలని నిర్ణయించిన అద్భుతాలన్నీ మీరు సాధించబోతున్నారు. అదెలాగో రాబోయే పేజీలలో నేర్చుకుంటారు.

ఇప్పుడు ఈ పని చెయ్యండి

మీ వ్యక్తిగత సామర్థ్యాలలో, మీ ప్రస్తుత పరిస్థితిలో మిమ్మల్ని వెనక్కు లాగుతూ హద్దులు గీచే నమ్మకాలు గుర్తించండి. అప్పుడు "ఇవి నిజం కాకపోతే?" అని మిమ్మల్ని మీరు ప్రశ్నించుకోండి.

జీవితంలో మీరు తలుచుకున్నది ఏదైనాసరే సాధించటానికి తగిన కౌశల్యము, సామర్థ్యము మీకు ఉండి ఉంటే? మీకు హద్దులు అనేవి లేకపోయి ఉంటే? సఫలత తథ్యమని తెలిస్తే, మీకు మీరు విధించుకునే లక్ష్యాలు ఏమిటి? ఇవాళతో మొదలుపెట్టి మీరు భిన్నంగా చేయబోయేదేమిటి?

2

మీ అందాల రాకుమారుడు

ఆ రాకుమారి ఎదురైనవారిని ఎవరో ఒకర్ని పెళ్ళాడటానికి సిద్ధపడలేదు. అన్నివిధాలా తనకు తగిన వాడినే అందమైన రాకుమారుడినే కలుసుకొనే ఆశతోనే బయలుదేరింది. మీ ఉద్యోగజీవితంలో, నిజజీవితంలో మీ అందాల రాకుమారుడు ఎవరు?

సఫలతతో సంతృప్తి చెందిన వ్యక్తి కావాలంటే, మీరు ఎటువంటి ఆదర్శవ్యక్తి కావాలనుకుంటున్నారో, ఎటువంటి జీవనం కోరుకుంటున్నారో మీకు స్పష్టంగా తెలిసి ఉండాలి. మీరు సాధ్యమయినంత అత్యుత్తమవ్యక్తి అయితే మీ గుణాలు, లక్షణాలు ఎలా ఉంటాయి?

తమ శక్తిసామర్థ్యాలు పూర్తిగా ప్రయోగించి శాయశక్తులా పాటుపడేవారు నిజమైన సంతోషం అనుభూతి చెందుతారు, ఇంటా బయటాకూడా ప్రశాంతంగా ఉంటారు, ఆత్మవిశ్వాసంతో, సుముఖత్వంతో, అందంగా, విశ్రాంతిగా, తమ సంభావ్యశక్తి నంతటినీ ప్రయోగిస్తున్న తృప్తి, కృతజ్ఞత, ఉత్సాహం, జీవితంపట్ల అద్భుత భావనతో ఉంటారని మానసిక శాస్త్రవేత్తల విశ్లేషణ. ఈ వర్ణన రాబోయే రోజులలో మీకు నచ్చిన లక్ష్యం అయితే, అటువంటి వ్యక్తిగా రూపొందటం ఎలాగో ఈ పుస్తకం మీకు చూపుతుంది.

చిన్నచిన్న కలలు కనవద్దు.
అవి మనుషుల హృదయాలను
కదిలించలేవు.

– వోల్ఫ్ గాంగ్ ఫాన్ గొయెథె

మంత్రదండం

"మంత్రదండం" వ్యాయామం అభ్యాసం చెయ్యండి. జీవితంలో ఆనందం, విచారం నిర్ణయించే నాలుగు రంగాలు: (1) ఆదాయము, ఉద్యోగమూ/వృత్తి, (2) కుటుంబము, బాంధవ్యాలు (3) ఆరోగ్యము, దృఢత్వం, (4) ఆర్థిక స్వాతంత్ర్యం. భవిష్యత్తును గురించి ఆలోచించినపుడు మీరు ఒక మంత్రదండం ప్రయోగించి ఈ నాలుగు రంగాలలోనూ మీ జీవితం ఉత్తమంగా మార్చగలరని ఊహించండి.

సఫలత సాధించినవారి ప్రవర్తనలో ముఖ్యాంశం "ఆదర్శీకరణం" అంటారు. ఈ ఆదర్శీకరణంలో మీరు మీ జీవితంలో ప్రతిరంగంలోనూ పరిపూర్ణమైన భవిష్యత్తు ఊహిస్తారు. మీరు అపారమైన ఆలోచనలు అభ్యాసం చేస్తారు.

మీరు కోరుకున్నట్లు ఉండటానికీ, పొందటానికీ, చెయ్యటానికీ మీచేతిలో కావలసినంత సొమ్ము, సమయము ఉన్నాయి. అవసరమైన స్నేహితులు, పరిచయాలు ఉన్నాయి. తగినంత విద్య, అనుభవము ఉన్నాయి. దానికితోడు తగిన శక్తి సామర్థ్యాలు ఉన్నాయి. మీరు ఈ పరిస్థితిలో ఉంటే, మీరు జీవితంలో నిజంగా ఏమి చెయ్యదలుచుకున్నారు?

ఈ ఆదర్శీకరణాన్ని మంత్రదండం అభ్యాసంతో జోడిస్తే, మీ మనసు రోజువారీ పనినుంచి, కట్టవలసిన బిల్లులనుంచి బయట పడుతుంది. అప్పుడు మీరు "నీలి మేఘాల" ఆలోచనలో పడుతారు. ప్రతిరంగంలోనూ ఉత్తములైనవారి ఆలోచనా విధానం అదే.

మీ పరిపూర్ణ భవిష్యత్తు చిత్రించండి

భవిష్యత్తునుంచి వెనుదిరిగి చూడటం అభ్యాసం చెయ్యండి. ఐదు సంవత్సరాలు ముందుకు చూసి మీ పథకాలు రచించండి. అప్పుడు వెనక్కు తిరిగి ప్రస్తుతంలోకి రండి. క్రింది ప్రశ్నలకు మీ సమాధానాలు వ్రాయండి:

1. రాబోయే ఐదు సంవత్సరాలలో మీ ఉద్యోగం/వృత్తి /వ్యాపారం పరిపూర్ణంగా ఉంటే ఎలా ఉంటుంది? మీరు ఎంత సంపాదిస్తూ

ఉంటారు. ఈ నాటి మీ పరిస్థితికీ, ఐదు సంవత్సరాల తర్వాత ఆనాటి పరిస్థితికీ వ్యత్యాసం ఏమిటి?

ఆ ఆదర్శవంతమైన వృత్తి, ఆదాయము మీరు ఈనాడే ఎందుకు అనుభవించటంలేదు?

2. మీ కుటుంబము, బాంధవ్యాలు, మీ ఇల్లు, జీవనసరళి ఐదు సంవత్సరాల తర్వాత ఉత్తమంగా ఉంటే అవి ఎలా ఉండబోతున్నాయి? ఈనాటికీ, ఆనాటికీ వాటిలో తేడా ఏమిటి?

ఆదర్శవంతమైన ఈ గృహజీవితం కావాలంటే మీరు తీసుకోబోయే మొదటి చర్య ఏమిటి?

3. రాబోయే ఐదు సంవత్సరాలలో మీ ఆరోగ్యము, దృఢత్వము పరిపూర్ణం అయితే మీరు ఎలా కనబడుతారు? మీరు ఎంత బరువు తూగుతారు? ప్రతిరోజూ, లేదా వారంలో మీరు ఎంత వ్యాయామం చేస్తారు? ఎటువంటి ఆహారం తింటారు? ముఖ్యంగా శారీరకంగా ఈనాటికీ, ఆనాటికీ మీలో కలిగే తేడా ఏమిటి?

సంపూర్ణ ఆరోగ్యము, దృఢత్వము పొందాలంటే మీరు చెయ్యబోయే మొదటి పని లేదా ఆపబోయే మొదటి పని ఏమిటి?

4. ఆఖరుగా, ఐదు సంవత్సరాలలో మీ ఆర్థికస్థితి పరిపూర్ణంగా ఉంటే, మీకు ఎంత ఆస్తి ఉంటుంది? మీ బ్యాంక్ లో ఎంత నిలవ ఉంటుంది? మీ పెట్టుబడుల ద్వారా మీరు సాలీనా ఎంత సంపాదిస్తారు?

ఇప్పుడు మీరు వెయ్యగలిగిన మొదటి అడుగు ఏమిటి?

ఉత్తమమైన రోజు

తన భర్తతో కాలక్షేపం చేస్తున్నపుడు క్రిస్టీనా తరుచు అడుగుతుంది, "మీకు ఇది ఉత్తమమైన రోజు అయితే ఈ రోజు ఏమిచేస్తారు?" అని అడుగుతూ ఉంటుంది. ఆమె ఆ ప్రశ్న తనకుతాను కూడా వేసుకుంటూ ఉంటుంది. అప్పుడు వారి ఇద్దరి ఉత్తమమైన రోజులు జోడించటానికి మార్గం వెతుకుతారు.

ఎదుటివారితో సర్దుకుపోవాలని మొదటనే తల ఒగ్గితే వారి ఉత్తమమైనరోజు నిర్వచనలో వారు ఇరకాటంలో పడుతారు. కాని ఎవరి

ఉత్తమమైన రోజు వారు విడివిడిగా ఆలోచిస్తే ఆ రెండు దృశ్యాలు పూర్తిగా వేరవుతాయి.

జీవితంలోకూడా తరుచు మనం మన ఆలోచన అన్ని పరిమితులు, ప్రతిబంధకాలతో మొదలు పెడుతాం. కాని మనకు హద్దులు లేవు అనుకోని ఆలోచిస్తే, మన ఆలోచనలు మనకే అచ్చెరువు కలిగిస్తాయి. ఏది సాధ్యమో నిర్ణయించే ముందు, మీ ఆదర్శం ఏమిటో నిర్ణయించండి. అదే నియమం.

అన్నిటికంటే ముఖ్యంగా, మీరు కలలుగనే భవిష్యత్తు ప్రత్యక్షం కావాలంటే ఈరోజుతో మొదలుపెట్టి ఏమి చెయ్యాలి?

ఇప్పుడు ఈ పని చెయ్యండి

పెద్ద కలలు కనండి. మీరు ఎటువంటి వ్యక్తిగా ఉండాలని ఆశిస్తున్నారో, మీరు ఎటువంటి ఉత్తమ జీవితం ఆశిస్తున్నారో స్పష్టంగా నిర్వచనంతో మొదలు పెట్టండి.

మీ వృత్తి/ఉద్యోగమూ, కుటుంబము, బాంధవ్యాలు, ఆరోగ్యము, దృఢత్వము, ఆర్థిక పరిస్థితులమీద మీకు ఒక మంత్రదండం ఉన్నదని ఊహించండి. వీటిలో ఒక్కొకదానిని ఉత్తమంగా ఎలా మలుస్తారు?

“హద్దులు లేని” ఆలోచన అభ్యాసం చెయ్యండి. ఆకాశమే హద్దు అన్న ఆలోచనతో మీ మనసును దినసరి సవాళ్ళ నుంచి విడుదల చెయ్యండి.

ఏది సాధ్యమో ఆలోచించేముందు, ఏది ఉత్తమమో ఆలోచించండి.

మీ ఉత్తమ భవిష్యత్తు ఏమిటో నిర్ణయించండి. అప్పుడు మీ జీవితం మీ అదుపులో ఉంటుంది.

రాబోయే ఇరవైనాలుగు గంటలలో మీరు ఒక లక్ష్యం సాధిస్తే, మీ జీవితం మారిపోతుంది. ఆ లక్ష్యం ఏమిటి?

మీ ఆదర్శ జీవితం సృష్టి మొదలు కావాలంటే, తక్షణం కార్యరంగంలోకి దిగాలని నిశ్చయించండి.

3

మీ కప్ప ముఖంలో ముఖం పెట్టి చూడండి

తడిసి, జిగటగా, చల్లగా ఉన్న ఆ వికారపు కప్పను ముద్దుపెట్టుకోమన్నపుడు, ఆ అందాల రాకుమారి అటో ఇటో తేల్చుకోవలసిన పరిస్థితి ఏర్పడింది. యథాస్థితిలో ఒంటరిగా, విచారంగా మిగిలిపోవచ్చు. ధైర్యంచేసి ఆ కప్పను ముద్దు పెట్టుకొని ఏమవుతుందో చూడవచ్చు. అక్కడ ఏమవుతుందో ఏమో గ్యారంటీ ఏమీ లేదు.

ముద్దు పెట్టుకోవలసిన కప్ప మన అందరికీ ఉంటుంది. కొండొకచో చాలాకప్పలు కూడా ఉండవచ్చు. విముఖ వ్యక్తులు, విముఖ పరిస్థితులు, గత అనుభవాలు, ప్రస్తుత సమస్యలు, స్వీయ పరిమితి నమ్మకాలు ఇవే మీ జీవితంలో కప్పలు. మీరు కట్టుబాట్లు వదిలించుకొని ముందుకు సాగాలంటే కొన్ని సాహసాలు చెయ్యవలసి ఉంటుంది, కొన్ని నిబద్ధతలకు తలవంచవలసి వస్తుంది. ఇవి మరికొన్ని కప్పలు.

వాస్తవాలతో ముఖాముఖి

మీ కప్పను ముద్దుపెట్టుకోవాలంటే అది జిగటగా, చల్లగా, వికారంగా ఉన్నాకూడా దానిని ముద్దుపెట్టుకోవటమేకాదు కావిలించు కోవటానికి కూడా సిద్ధంగా ఉన్నారు.

కొన్నిసార్లు ఒక కప్పను ముద్దాడి వీడ్కోలు చెబుతున్నారు.తద్వారా తీర్పులుచెప్పి తప్పులు చేయించే కప్పను విడుదలచేసి బయటికి పంపుతున్నారు. కొన్నిసార్లు మీరు మీ ఆశంస, అపేక్ష మార్చుకోదలచారు.

నిరాకరణ అంటే ఈజిప్ట్ లో ఒక నది కాదు.

– మార్క్ ట్వేన్

అంటే ఆ కప్పను మరొక దృష్టితో చూడటానికి ప్రయత్నిస్తున్నారు. కొన్నిసార్లు మీరు ఆ కప్పను నుదుటిమీద ముద్దుపెట్టి, క్షమించవలసి రావచ్చు. మీ జీవితంలోనుంచి కప్పలను బయటికి తరమటానికి అనేక మార్గాలు ఉన్నాయి.

మనస్తత్వశాస్త్ర ప్రపంచం రెండు రకాల వ్యక్తిత్వాలు గుర్తించింది ప్రతిఘటించేవారు, తప్పించుకొనే వారు. ప్రతిఘటించేవారు తమ భయాలకు ఎదిరి నిలుస్తారు, వాస్తవాలను ఎదుర్కుంటారు అనటంలో ఆశ్చర్యం ఏమీ లేదు. వారు తమ సమస్యలు, వ్యక్తులతో ముక్కుసూటిగా వ్యవహరిస్తారు. తప్పించుకునేవారికంటే వీరు ఆనందంగా ఉంటారు, కార్యసాధకులుగా పేరుతెచ్చుకుంటారు, ఆత్మవిశ్వాసంతో ప్రవర్తిస్తారు.

ప్రతిఘటనలో భయం ఉన్నదని వారు ఒప్పుకుంటారు. కాని వారు ఆ భయాన్ని ఎదుర్కుంటారు. వారి భావోద్వేగాలు వారి అదుపులో ఉంటాయి. తప్పించుకు తిరిగేవారు తెలియని దానిని గురించి భయపడుతారు. ముందుకు సాగటానికి తగిన ఆత్మవిశ్వాసం వారిలో లోపిస్తుంది.

ముద్దు పెట్టుకునేముందు మీ కప్పను ముఖంలో ముఖంపెట్టి చూడాలని నిశ్చయించితే– మీ పరిస్థితి నుంచి ముఖం తిప్పుకోకుండా, లేదా అక్కడ సమస్య అంటూ ఏమీ లేదని కొట్టిపారేయకుండా, పరిస్థితికి ముఖాముఖి అయితే – మీరు దృఢచిత్తులు, కార్యోన్ముఖులు, పురోగాములు అవుతారు.

నేలమీద కాళ్ళు

క్రిస్టీనా సలహాదారుగా పనిచేస్తుంది. ఆమెకు తరుచు తమ ఆశయాలు సిద్ధించక నిరాశ నిస్పృహలకు లోనైన ఖాతాదార్లు కలుస్తూ ఉంటారు. ఒక యువతి తన తల్లిదండ్రులను చూసిన తర్వాత ఇక్కడికి వస్తారు. తానుఎంతో శ్రమపడి

వారిని చూడటానికి వెళ్తుంది. వారికేమో తనతో కాలక్షేపం చెయ్యటానికి తీరిక లేదన్నట్లు వ్యవహరిస్తారు. ఇది ఆమెకు చాలా బాధాకరమైన విషయం.

ఆమె తన తల్లిదండ్రులను చూడటానికి వెళ్ళినపుడు వారినుంచి ఏమి ఆశిస్తున్నదో క్రిస్టీనాతో చర్చించింది. అప్పుడు ఆమె ప్రయత్నించి తన ప్రతీక్ష మార్చుకున్నది. తల్లిదండ్రుల పట్ల ఆమె అపేక్ష తగ్గుముఖం పట్టింది. దానితో ఆమె నిరాశ తగ్గింది. తల్లిదండ్రులపట్ల ఆమె ప్రేమాభిమానాలు మెరుగు పడ్డాయి. ఆమె తన కప్పను భిన్నంగా అనుభూతి చెందింది. బుద్ధిపూర్వకంగా తన అపేక్ష మార్చుకోవటంవల్ల ఆమె అనుభూతులు మారాయి. ఆమె భావోద్వేగాలు అదుపులోకి వచ్చాయి.

"మనుషులు మారరు." అన్న నిత్యసతాన్ని అందరూ ఎప్పుడో ఒకప్పుడు నేర్చుకుంటారు. పదిహేడు, పద్దెనిమిది ఏళ్ళు వచ్చేసరికి మనుషుల్లో వ్యక్తిత్వాలు, వైఖరులు ఏర్పడి స్థిరపడుతాయి. ఆ తర్వాత జీవితాంతము అలాగే నిలబడిపోతాయి. కనుకనే ఎదుటివారిని మార్చాలని ప్రయత్నించటం వృధాప్రయాస.

తమ శక్తిసామర్థ్యాలు వృద్ధిచేసుకోవటానికి మనుషులు కొత్త పాటవాలు, సామర్థ్యాలు నేర్చుకోలేరని కాదు. కాని, అందుకు తగిన తృష్ణ, శ్రమ అత్యవసరం. అవిలేకపోతే కలిగే మార్పు నామమాత్రమే.

ఒక స్త్రీ కాని, పురుషుడుకాని, వారి ప్రస్తుత పరిస్థితినుంచి మీకు అనువుగా మారుతారని ఆశించి, ఆశలుపెట్టుకొని మీ మనశ్శాంతి, నిద్ర పాడు చేసుకోకండి. అది ఎన్నటికీ జరిగేపని కాదు.

వాస్తవం

మీ పరిస్థితిలో వాస్తవాన్ని, యదార్థాన్ని పరిశీలించటానికి, ఎదుర్కోవటానికి మీరు నిరాకరిస్తే మీకు ఆదుర్దా, ఒత్తిడి, విముఖ భావావేశాలు, చివరికి శారీరక, మానసిక రుగ్మత తప్ప మరేమీ మిగలదు. నిరాకరణకు విపర్యయం అంగీకారం. ఇంట్లో కానీయండి, వృత్తిలో కానీయండి ఒకవ్యక్తిగాని, ఒక పరిస్థితిగాని ప్రస్తుతం ఇలా ఉన్నది. అది మారబోవటంలేదు అన్న సత్యాన్ని మనసా అంగీకరిస్తే, అందువల్ల మీకు కలిగే ఒత్తిడి,ఆదుర్దా గాలిలో కలిసి పోతాయి.

సమస్యల నుంచి వాస్తవాలు విడదీయండి

ఒక ఆశించని కష్టము కలిగింది, ఎదురుదెబ్బ తగిలింది. దానిని గురించి అతిగా విచారిస్తే మిగిలేది చేదు భావావేశాలే. ఆ సమస్య తలెత్తినపుడు దానిని జాగ్రత్తగా పరిశీలించి విశ్లేషించి పూర్తిగా అర్థం చేసుకోవాలి. దానిని పరిష్కరించటానికి, లేదా దానితో వ్యవహరించటానికి ఏమిచెయ్యాలా అన్నది ఆలోచించాలి. ఇలా మొదలుపెట్టవచ్చు.

ప్రప్రథమంగా సమస్యకు వాస్తవానికి మధ్య ఉన్నవ్యత్యాసం తెలుసుకోండి. ఆ వ్యత్యాసం చాలా సరళం. వాస్తవం మారబోదు, మీరు దానిని మార్చలేరు. మీ వయసు ఒక వాస్తవం. ఈ వాతావరణం ఒక వాస్తవం. కొన్ని విషయాలు అంతే. వాటిని మార్చటం అసాధ్యం. అవి వాస్తవాలు.

ఒక వాస్తవాన్ని గురించి కోపగించకపోవటం, కలవరపడక పోవటం ఆరోగ్యానికి మంచిది. భౌతిక వస్తువులమీద మనం కోపగించం. ఒక కుర్చీ తట్టుకొని పడ్డారు. మీరు ఆ కుర్చీని కోపగించి తిట్టరు కదా. అలాగే వాస్తవాలను గురించి కోపగించటం, కలతపడటం నిరర్ధక ప్రయాస. వాటిని యథాతథంగా అంగీకరించి మన జీవితమూ, కార్యక్రమాలు తదనుగుణంగా సర్దుకు పోవాలి.

మరి, సమస్య అంటే ఏమిటి? ఒక సమస్యను గురించి మీరు ఏదో ఒకటి చెయ్యగలరు. ఒక లక్ష్యం చేరకపోతే, ఒక సమస్య పరిష్కారం కాలేదన్నమాటే. మీ దారిలో ఆటంకం ఎదురైంది అంటే అది పరిష్కారం కాని ఒక సమస్య అన్నమాట. సమస్యలను పరిష్కరించి, లక్ష్యాలు సాధించటానికి మీ వివేకము, సామర్థ్యము ఏకాగ్రం చేస్తారు. సమస్యలు అంటే జీవనమార్గంలో మీరు చేపట్టే సవాళ్లు.

గతము, భవిష్యత్తు

మీ జీవితంలో రెండుకాలాలు ఉన్నాయి: గతము, భవిష్యత్తు. వర్తమానం ఆ రెండిటిమధ్య నడిచే ఏకైక క్షణం. ఇప్పుడు సమస్యలు ఏ కాలంలోకి వస్తాయి, వాస్తవాలు ఏ కాలంలోకి వస్తాయి?

మీకు బాధ, విచారం కలిగించే వాస్తవాలన్నీ దాదాపు గతంలోనే సంభవించాయి. గతంలో జరిగింది ఏదైనాసరే వాస్తవమే. అది మార్చటం

అసాధ్యం. ఇది అర్థం చేసుకోవటం చాలా ముఖ్యం. గతంలో ఏదో ఒకటి తాము ఆశించినట్లు జరుగని కారణంగా చాలామంది వర్తమానంలో విచారంతో దిక్కుతోచని పరిస్థితిలో ఉంటారు. అది గతంలో జరిగి ఉన్నా, జరుగకపోయినా ప్రస్తుతం అది మార్చరాని వాస్తవం. దానిని గురించి వ్యధపడటం, విచారించటం నిష్ప్రయోజనం.

సమస్య అన్నది భవిష్యత్తులో ఉంటుంది. సమస్య అంటే మీరు దానిని గురించి ఏదో ఒకటి చెయ్యగలిగిన విషయం. ఇక్కడ మీరు కోరిన ఫలితం సాధించటానికి మీ మేధా, సామర్థ్యము ఏకాగ్రం చెయ్యవచ్చు. సమస్య, అంటే భవిష్యత్తు మీ చేతులో ఉన్నది. వర్తమానంలో మీరు ఏమిచేస్తారు అనే దానిని బట్టి భవిష్యత్తులో దాని ఫలితం ఉంటుంది.

పిక్నిక్ – వాన

మీరు ఒక సామాజిక కార్యక్రమంలో ఉన్నారు. అక్కడ మీరు ఒకరిని కలిశారు. మాటవరసకు "ఎలా ఉన్నారు?" అని అడిగారు. ఆయన తీవ్రంగా చూసి, "నేను బాగానే ఉన్నాను. కాని జరిగినదానిని తలుచుకుంటే నా కోపం ఆగటంలేదు."

"ఏం జరిగింది?" మీరు కొంచెం ఆశ్చర్యంగా అడుగుతారు.

ఆయన, "ఐదేళ్ళ క్రితం నేనూ నా కుటుంబము ఆదివారం పిక్నిక్ వెళ్దామనే ఆలోచనతో, శనివారం రాత్రి ఒక పిక్నిక్ బాస్కెట్ పాక్ చేసి పెట్టాం. ఆదివారం ఉదయం మేఘాలు పట్టి ఆ రోజంతా వర్షం కురిసింది. మా పిక్నిక్ గోవిందా అయింది. నాకు ఇంకా చిరాకుగా ఉన్నది."

ఈ క్షణాన బహుశ మీరు "ఆయనకు మెడ పైభాగం పరీక్ష చెయ్యాలి. ఆయన సకారణంగా ఆలోచించటంలేదు. ఐదేళ్ళక్రితం ఎప్పుడో వర్షం కురిసిందని ఇప్పటికి కూడా ఆయనకు కోపమైతే ఎలా?" అని బహుశ మీ ఆలోచన కావచ్చు.

బస్తాబరువు

ఇది పరిహాసాస్పదంగా ధ్వనించవచ్చు. ఎప్పుడో జరిగిన విషయాన్ని గురించి (అది మారదు, మారబోదు కదా!) ఈనాటికీ కోపగిస్తూ, గంతులేస్తూ,

బాంధవ్యాలు, ఉద్యోగాలు ధ్వంసం చేసుకుంటున్నవారు చాలామంది ఉన్నారు. కొన్నేళ్ళ క్రితం ఒక బాంధవ్యంలో పేచీ వచ్చింది. ఒక పెట్టుబడిలో కొంత సొమ్ము నష్టం కలిగింది. ఏదో కారణంగా ఒక ఉద్యోగంలో నిలదొక్కుకోలేక పోయారు. వాటిని గురించి ఈనాటికీ పిచ్చిగా ప్రవర్తించేవారు ఉన్నారు.

ఆ విషయం అంతటితో వదిలి పెట్టక, వారు దానిని బస్తాలాగా భుజం మీద వేసుకు తిరుగుతూ ఉంటారు. ఏమాత్రం ఆసక్తి చూపినవారికైనాసరే వారు తక్షణం ఆ బస్తా విప్పి కుమ్మరిస్తారు. (అటువంటివారిని సాధారణంగా మీరు సామాజిక సమావేశాలలో చూస్తారు. విమానంలో వారి పక్క ప్రయాణీకులవుతారు.)

గత అనుభవాలను, ఎదురుదెబ్బలను వదిలించుకోవటానికి సతమతమవుతున్న క్లయంట్లతో వ్యవహరించేటపుడు క్రిస్టీనా ఒకపని చేస్తుంది. ఆ అనుభవాన్ని, ఎదురుదెబ్బను వదిలించుకొని ముందుకు సాగుమని ఒత్తిడి చెయ్యక, ఆమె "ఆ విషయాన్ని, సాకును, అనుభూతిని అంటిపెట్టుకొని ఉంటే మీకు కలిగే ప్రయోజనం ఏమిటి?" అని అడుగుతుంది. ఇది బలమైన ప్రశ్న. ఒక సరికొత్త బాంధవ్యం, లేదా సరికొత్త వ్యాపార వ్యవహారంలో అడుగు పెట్టకుండా ఆ గతఅనుభవము, ఎదురుదెబ్బ అడ్డుపడుతూ ఉంటుంది. అందుకే మనం దానిని అంటిపెట్టుకొని ఉంటాం.

నింపాదిగా ఆనందంగా ఉండే వ్యక్తులు వారి సమస్యలను (వారి వికృతమైన కప్పలు) అధిగమించి చూస్తారు. ఆ కప్పలను సూటిగా చూసి వాటిని మార్చటం అసాధ్యమని అంగీకరించుతారు. వాటిలో నేర్చుకోవలసినది ఏమైనా ఉంటే నేర్చుకుంటారు. ఆ తర్వాత వారి పనిలో మునిగిపోతారు. వారికి ఆ కప్పలను గురించి ఆలోచించే వ్యవధి, తీరిక ఉండదు.

పరిస్థితి విశ్లేషించండి

ఒక ప్రతికూల పరిస్థితి అదుపు చెయ్యాలంటే దానిని జాగ్రత్తగా విశ్లేషించటం ఒక పద్ధతి. ప్రశ్నలు అడుగుతూ ఆ పని చేస్తారు. ఒక పరిస్థితి, లేదా జరిగిన మార్పు అర్ధం చేసుకోవటానికి ప్రయత్నిస్తూ ఉన్నపుడు మీకు ఆగ్రహించటానికి, కలవరపడటానికి, అదను తప్పటానికి అవకాశం ఉండదు.

ఏ పరిస్థితినైనాసరే అదుపు చెయ్యటానికి మీరు ఈ నాలుగు ప్రశ్నలు అడగవచ్చు :

1. "అసలు ఏమి జరిగింది?" ఇక్కడ ఓపిక పట్టండి. సరయిన సమాచారం సేకరించటానికి ప్రయత్నించండి. జరిగినదానికి ఎవరినో ఒకరిని, దేనినో ఒకదానిని తప్పుపట్టే ప్రయత్నం మానండి. స్పష్టంగా అర్థం చేసుకోవటానికి ప్రయత్నం చెయ్యండి. ఉద్వేగం లేకుండా ప్రశాంతంగా వ్యవహరించటానికి నిశ్చయించుకోండి.
2. "ఎలా జరిగింది?" మీరు మరొకవ్యక్తి నుంచి సాక్ష్యం సేకరిస్తున్నారనుకోండి. తప్పులు వెతికి నిందలు మోపటం కాక మీరు సరయిన సమాచారం కోసం ప్రయత్నిస్తున్నారు. వివరాలు సమగ్రంగా అర్థం చేసుకోవటానికి ప్రశ్నలు ఒకదాని వెనక ఒకటి అడగండి.
3. "ఏమి చెయ్యవచ్చు?" జరిగింది ఎలాగూ మీరు మార్చలేరు. కనుక భవిష్యత్తులో ఏమి చెయ్యాలో ఆలోచించి మీ ఆలోచనలు అదుపులో పెట్టుకోండి. అప్పుడు మీకు ముందాలోచన కలుగుతుంది. మీ ఉద్వేగాలు, పరిస్థితి అదుపులో ఉంటాయి.
4. "ఇప్పుడు మనం ఏమి చెయ్యాలి?" ఇప్పుడు చింతిస్తూ కూర్చొని ప్రయోజనం లేదు. పశ్చాత్తాపం అంతకంటే నిష్ప్రయోజనం. పరిస్థితి చక్కబెట్టి ముందుకు సాగటానికి తగిన చర్యలు చేపట్టండి.

అర్థం చేసుకోవటానికి ప్రయత్నించండి

స్టీఫెన్ కోవీ "ది 7 హాబిట్స్ ఆఫ్ హైలీ ఎఫెక్టివ్ పీపుల్" అన్న శీర్షికతో ఒక పుస్తకం వ్రాశారు. అందులో ఆయన,"మొదట మీరు అర్థం చేసుకోవటానికి ప్రయత్నించండి. అప్పుడు మీరు ఇతరులకు అర్థం కావటానికి ప్రయత్నించండి." అంటారు. ఒక పరిస్థితిని గురించి తీర్మానాలు, నిర్ణయాలు చేసేముందు మీరు ఆ పరిస్థితి కూలంకషంగా అర్థం చేసుకోండి.

ఒక క్లిష్ట పరిస్థితిలో "కొంప కూలిపోతున్న" దన్న వైఖరి వదలండి. మొదట కనబడినంత ప్రమాదకరంగా ఏదీ ఉండబోదు.

అన్యోన్యసంబంధానికీ కారణత్వానికీ సంబంధం లేదు. అంటే ఒకేసమయంలో రెండు సంఘటనలు జరిగితే, ఒక సంఘటన కారణంగా రెండవది జరిగిందని అనుకోవటం. ఈ ఆలోచనావిధానంవల్ల మన నిర్ణయాలు తప్పుదారి పడుతాయి. చాలా సందర్భాలలో రెండు సంఘటనలు ఒకేసారి జరగటం యాదృచ్ఛికం. ఒకదానితో మరొకదానికి సంబంధం ఉండదు.

ఒక పరిస్థితిని గురించి విశదంగా తెలుసుకోవాలంటే ప్రశ్నలు అడిగి సమాచారం సేకరించటం ఒకటే మార్గం. కొన్నిసార్లు మీరు చాలా పెద్ద ప్రమాదమని, సమస్య అనీ తలచిన విషయం చివరికి మీరు ఊహించినంత విషమం కాకపోవచ్చు. మొదట్లో సమస్యగా కనబడిన విషయం వాస్తవంగా మార్పుకు ఒక అవకాశం కావచ్చు. ఒకవిధంగా మన మేలుకే వచ్చింది కదా!

నిరాకరణకు బదులు అంగీకారం, తప్పించుకోవటానికి బదులు ప్రతిఘటించటం, అనుకున్నంత దరిద్రంగా లేదు, ఫర్వాలేదని నటించటానికి బదులు ఆ కప్పను ముఖంలో ముఖం పెట్టి సూటిగా చూడటం –ఇవన్నీ కార్యసాధకుల లక్షణాలు. వృత్తిలో, ఉద్యోగంలో, వ్యక్తిగత జీవితంలో ఒడుదుడుకులు తప్పనిసరిగా ఎదురవుతూ ఉంటాయి. ఆ సమయంలో సుముఖంగా, తోడ్పాటుతో ప్రతిస్పందించేవారే ఎక్కడైనా ఆదరణీయులవుతారు.

చింత నిర్మూలన

మీకు ఒత్తిడి, పీడన కలిగించే పరిస్థితులలో ఎప్పుడైనాసరే, మీ చింతను బాపుకోవటానికి 'చింత నిర్మూలన'ప్రయోగించండి. ఈ చింత నిర్మూలన ప్రయోగించటానికి నాలుగు మెట్లు ఉన్నాయి:

మొదటి మెట్టు: మీకు చింత కలిగించే పరిస్థితి స్పష్టంగా వివరించండి. మీ చింతకు అసలు కారణం ఏమిటి?

చాలామంది తెలిసీ తెలియని దానిని గురించి చింతిస్తూ ఉంటారు. వారి ఆలోచన అంతా గందరగోళంగా ఉంటుంది. పసిపిల్లలు రాత్రిపూట నిష్కారణంగా భయపడినట్లు, వారు కారణం తెలియకుండా చింతామయమైన అనుభూతులు అనుభవిస్తూ ఉంటారు. లేదా వారికి తగినంత సమాచారం తెలియదు. ఆ తగినంత సమాచారం దొరికితే వారు అతిగా స్పందిస్తారు.

వైద్యశాస్త్రంలో "సరయిన రోగనిర్ణయమే సగం చికిత్స." అని నానుడి. మీ చింతకుగల కారణం స్పష్టంగా నిర్వచించండి. వీలయితే కాగితం మీద వ్రాయండి. అప్పుడు మీకు వెంటనే పరిష్కారం గోచరిస్తుంది. తద్వారా మీ చింత దూరం అవుతుంది.

రెండవ మెట్టు: ఈ పరిస్థితి కారణంగా కలగబోయే అత్యంత ఘోరమైన దుర్ఘటన ఏమిటి? తద్వారా కలగగల దారుణ పరిణామాలు ఏమిటి?

నిరాకరణ మూలంగానే అన్ని విముఖ ఉద్వేగాలు, వ్యాకుల పరిస్థితులూ ఏర్పడుతాయి. జనం పరిస్థితి వాస్తవాన్ని ఒప్పుకోరు. తత్కారణంగా వారికి విపరీతమయిన ఒత్తిడి కలుగుతుంది. అది వాస్తవం కావటం వారికి ఇష్టం ఉండదు. దానిని పట్టించుకోకపోతే, అది మాయమవుతుందని లేదా దాని వైపరీత్యం తగ్గుతుందని వారి ఆశ. సాధారణంగా ఈ పద్ధతి నిష్ప్రయోజనం. అది పని చెయ్యదు.

ఈ సమస్యవల్ల జరగబోయే ప్రమాదం ఏమిటి అని మీరు తీక్షణంగా పరిశీలించినపుడు, జరుగబోయేది మీరు ఊహించినంత దుర్భరం కాదని గుర్తిస్తారు. అక్కడ ఒక బాంధవ్యం తెగిపోవచ్చు. కాని అది మిమ్మల్ని చంపబోవటంలేదు. మీకు కొంత సొమ్ము నష్టం కావచ్చు, కాని మీరు దివాలా తియ్యబోవటంలేదు. ఒకవేళ అది మిమ్మల్ని దివాలా తీయించినాకూడా, చింతామయస్థితి ఒక వాస్తవం, అది సమస్య కాదు. దానిని అనుభవించి తీరాలి. తర్వాతి కాలంలో మీరు మరొకచోట, మరొక మార్గంలో, మరేదైనా పని చేసి, తిరిగి ఆ సొమ్ము సంపాదించవచ్చు.

అది మీ ఆరోగ్య విషయం అయితే, దానిని తక్షణం ఎదుర్కొని నివారణ ప్రయత్నాలు చెయ్యండి. మీతో మీరు పరాచకాలు ఆడకండి. ఆ సమస్య పరిష్కరించటానికి మీకు సాధ్యమయినదంతా చెయ్యండి. ఆ తర్వాత వైద్యులనూ ఆ పై వాడినీ నమ్మండి.

మూడవ మెట్టు: ఒకవేళ అనుకోని విఘాతం జరుగుతే దానిని అంగీకరించటానికి సిద్ధంగా ఉండండి. ఇక్కడ అన్నిటినీ మించి జరుగబోయే ఘోరం గుర్తించటానికి, అంగీకరించటానికి సిద్ధంగా లేనందువల్ల ఒత్తిడి విపరీతమవుతుంది. ఏమి జరిగినా నెత్తికెత్తుకోవటానికి సిద్ధంగా ఉంటే

మీ ఒత్తిడి మాయమవుతుంది. ఉన్నపళంగా మీరు నిదానించి ప్రశాంత చిత్తులవుతారు. నిరాకరణ స్థానంలో అంగీకారం చేర్చిన మరుక్షణం ఆ పరిస్థితి మానసికంగా మీ అదుపులో ఉంటుంది. మీ ఉద్వేగాలు సర్దుమణుగుతాయి.

నాలుగో మెట్టు: ఇప్పుడు తక్షణం ఆ దురవస్థ చక్కదిద్దటం ప్రారంభించండి. నష్టం కనీసపక్షం చెయ్యటానికీ, ఖర్చులు నియంత్రించటానికీ, నష్టం తగ్గించటానికీ మీకు సాధ్యమయినదంతా చెయ్యండి. మీ కష్టాలు తొలగించుకోవటానికి నిర్విరామంగా – చింతించటానికి వ్యవధి లేనంతగా – శ్రమించండి.

ఇప్పుడు ఈ పని చేయండి

ఇటీవల మీకు తగిలిన ఎదురుదెబ్బను గురించి ఆలోచించండి. మీకు మీరే క్రింద ఇచ్చిన ప్రశ్నలు వేసుకోండి. ఈ ప్రశ్నకు సమాధానాలు ఇస్తున్నపుడు మిమ్మల్ని మీరు గమనించండి. ఈ పద్ధతి అనుసరించటంవల్ల ఆ అనుభవంలో మీకు ఏమైనా వ్యత్యాసం కనబడుతున్నదా?

అసలు ఏమి జరిగింది?

అది ఎలా జరిగింది?

ఈ విషయంలో ఏమి చెయ్యవచ్చు?

ఇప్పుడు చేపట్టవలసిన పనులు ఏమిటి?

4

కొలనులో వికారమైన కప్పలను తొలగించండి

జీవితంలో సంతోషంగా ఉండటమే మీ లక్ష్యం. అందరూ కోరుకునేవి ఆనందమూ, మనశ్శాంతీ. సంతోషం సాధించటంలో మీ సామర్థ్యమే మనిషిగా మీ సఫలతకు కొలమానం.

మీ జీవితంలో అన్నివిధాలా ఆనందము, సంతృప్తి సాధించటానికి ఈ నాడు ఉన్నంత అవకాశం ఇంతకు మునుపు ఎన్నడూ లేదు. అదే శుభవార్త. ఆనందానికీ, విచారానికీ కారణాలు ఈనాడు తెలిసినంతగా ఇంతకు మునుపు ఎన్నడూ తెలిసిలేవు. ఆనందము, ఇంకా మిగతా అనుభూతులకు మెదడు ఎలా స్పందిస్తుంది అన్న విషయంలో గత కొన్నిసంవత్సరాలలో మనం చాలా నేర్చుకున్నాం. ఇంతకుపూర్వం ఎన్నడూ మనకు ఇన్ని విషయాలు తెలియవు.

> మన సహజ సామర్థ్యాలు
> అత్యుత్తమస్థాయిలో ప్రదర్శించినపుడు
> ఈ జీవితంలో మనం మహోన్నత
> సఫలత, ఆనందము అనుభవిస్తాం.
> అదే వాస్తవం.
>
> **– స్మయిలీ బ్లాన్ టన్**

బ్రయాన్ మూడవ దశకంలో ఉన్నపుడు ఆనంద మయము, సంతృప్తికరము అయిన జీవనం తీవ్రమయిన కోరిక. కనుక ఆయన ఆనందాన్ని గురించి అధ్యయనం చెయ్యటం మొదలు

పెట్టారు. మానసిక శాస్త్రం, వేదాంతం, మతము, సఫలతలమీద వేలాది గంటలు చదువుతూ పరిశోధన చేస్తూ గడిపారు. ఆ విషయంలో ఆయనకు మహత్తరమైన సూక్ష్మదృష్టి కలిగింది.

ముఖ్యమైన ఆటంకం

మీ మానస సరోవరంలో వెనుక వికృతమైన కప్పలు, విముఖ ఉద్వేగాలు కొలువుదీరి ఉంటాయి. మీరు కలలుగనే ఆనందానికి ముఖ్యమైన ఆటంకాలు అవేనని ఆయన కనుక్కున్నారు. ఆ విముఖ ఉద్వేగాలకు మూలకారణం ఏదైనా కానీయండి. జీవితంలోను, వృత్తిలోను విచారానికి, దురవస్థకు, నిస్పృహకు మూలకారణం విముఖ ఉద్వేగాలే. మీ విముఖ ఉద్వేగాలు నిర్మూలిస్తే మీ జీవితమే మారిపోతుంది!

మనసు ఒక శూన్యస్థలమని ఆయన తెలుసుకున్నారు. అది ఎక్కువసేపు ఖాళీగా ఉండలేదు. అందులోనుంచి మీరు విముఖ ఉద్వేగాలు తొలగిస్తే, అది సహజంగా సంతోషము, ఆనందము, ప్రేమ, శాంతి వంటి సుముఖ ఉద్వేగాలతో నిండుతుంది. కలుపు మొక్కలు పీకివేస్తే పువ్వులు పెరుగుతాయి.

ఒక్కొకసారి గతంలోని సంఘటనను భిన్నంగా వివరించటానికి ఒకేఒక్క నూతన భావము, లేదా అంతర్ దృష్టి కలిగితే మీకు సంపూర్ణ స్వేచ్ఛ లభిస్తుంది. ఆ రంగంలో మీరు మరి వెనుతిరిగి చూడరు. ఆ తర్వాత మీరు మరొక వ్యక్తిగా మారిపోతారు.

కొన్నిసార్లు విముఖతలు సుముఖాలు అవుతాయి

ఉదాహరణకు, మిమ్మల్ని ఉద్యోగంలోనుంచి తీసివేశారు. మీకు జరిగిన అన్యాయానికి మీకు మీ యజమానిమీద కోపం వస్తుంది. ఆ తర్వాత మీకు మరొక ఉద్యోగం దొరుకుతుంది. ఆ ఉద్యోగం మీ శక్తిసామర్థ్యాలకు, బాగా అనువైనది. మీ ప్రస్తుత సహోద్యోగులతో కలిసి పనిచెయ్యటం మీకు మహదానందం. ఇక్కడ మీకు ఇంతకుముందు ఉద్యోగంలోకంటే చాలా ఎక్కువ జీతం వస్తుంది. ఇవన్నీ కలిపి ఆలోచిస్తే, మిమ్మల్ని ఉద్యోగంలోనుంచి తీసివేసి మీ పూర్వపు యజమాని మీకు చాలామేలు చేశారనిపిస్తుంది. ఇంతకు మునుపు ఆయనమీద ఉన్నకోపం ఇప్పుడు కృతజ్ఞతగా మారుతుంది!

మీకు ఏది జరిగినా సరే – ముఖ్యంగా విముఖ అనుభవాలలో–ఆ ఘటనలో నేర్చుకోదగిన విలువైన పాఠం ఏదైనా ఉన్నదా అని చూడటం అలవాటు చేసుకుంటే, అది చాలా ప్రయోజనకారి అవుతుంది. మీకు అనుకోని విఘాతం ఎదురయింది. లేదా మీరు తాత్కాలికంగా పరాజయం చవిచూశారు. (జిగటకారుతున్న మంచుముక్కలాంటి చల్లని కప్ప). మీ ఆలోచనలు పూర్తిగా మీ అధీనంలో ఉన్నాయి. ఆ విఘాతంలో లేదా ఆ పరాజయంలో నేర్చుకోదగిన గుణపాఠం ఏమైనా ఉన్నదా, లేకపోతే కలగబోయే ప్రయోజనం ఏమైనా ఉన్నదా అని పరిశీలించటానికి నిశ్చయించుకుంటారు. అందులో మీకు తరుచు అంతర్ దృష్టి, నూతన భావాలు, విశ్వాసము, నూతనావకాశాలు దర్శనమివ్వవచ్చు. ప్రస్తుతం మీరు ఎదుర్కుంటున్న అతి పెద్ద సంకటంలో మీకు దర్శనమిచ్చే విలువైన పాఠం ఏమిటి?

మనసు చిక్కబట్టండి

మీరు సాధ్యమైనంత ఉత్తములు కావాలంటే ఓ న మః తో మొదలు పెట్టాలి. మీ జీవితం ఎంతవరకు మీ అధీనంలో ఉంటే మీరు అంత ఆనందం అనుభూతి చెందుతారు. మీ జీవితం మీ అధీనంలో కాక బాహ్య పరిస్థితులు, వ్యక్తుల అధీనంలో ఉంటే మీరు అంత విచారం అనుభవిస్తారు. ఇది అధీన న్యాయం.

మీ అంతరంగంపైన అధీనత ఉంటే మీ జీవితం మీ చేతులో ఉన్నదన్న అనుభూతి చెందుతారు. మీ అధీనత బాహ్యంగా ఉంటే – పరిస్థితులు (మీ బిల్లులు, మీ ఆరోగ్యం), బయటి వ్యక్తులు (మీ యజమాని) మిమ్మల్ని నియంత్రిస్తాయి –ఏదీ మీ చేతిలోలేదని నిస్సహాయత అనుభూతి చెందుతారు. మీకు ఒత్తిడి ఉన్నదా లేదా, మీరు ఆనందంగా ఉన్నారా విచారంగా ఉన్నారా, ఆ మాటకు వస్తే మానసికము, ఉద్వేగమయము అయిన ప్రతిఒక్క మానవ వ్యాధికీ –మీ జీవితం మీ అధీనంలో ఉన్నదా లేదా అన్న విషయమే మూలకారణం అని మానసిక శాస్త్రవేత్తల అభిప్రాయం.

ఇక్కడ యదార్థం ఏమిటంటే, పూర్తిగా మీ అధీనంలో ఉన్నది ఒకే ఒకవస్తువు– అది మీ మనసు. మీ ఆలోచనలను మీరు అదుపు చెయ్యగలరు. ఔష్విచ్ కాన్సేన్త్రేషణ్ క్యాంప్ నుంచి బతికి బయటపడిన వారిలో విక్టర్ ఫ్రాన్కేల్ ఒకరు. ఆయన, "ఉన్న పరిస్థితులలో తనవైఖరి నిశ్చయించుకోవటం, తనదారి

తను చూసుకోవటం – అదే మానవ స్వేచ్ఛలో ఆఖరు మెట్టు." అంటారు.

అన్నివిధాల విముఖ ఉద్వేగాలు నిర్మూలించటమే మీ ఏకైక లక్ష్యం కావాలి. విముఖ ఉద్వేగాలు నిర్మూలించటానికి, తొలిగించటానికి రుజువైన మార్గాలు, పద్ధతులు ఉన్నాయి. అవి చాలావరకు కొన్ని సెకన్లలో పనిచేస్తాయి. రాబోయే పేజీలలో మీరు నేర్చుకోబోయేవి అవే.

ఇప్పుడు ఈపని చెయ్యండి

ఈ రోజునుంచి పరిస్థితులు మిమ్మల్ని కలవర పరచినపుడు, నిస్పృహ కలిగించినపుడు, విముఖ అనుభూతులు రేకెత్తించినపుడు, మీ ఆలోచనలు సావధానంగా గమనించండి. దీర్ఘంగా శ్వాసతీసుకోండి. ఆ ఆలోచనలను మేపకూడదు అని నిశ్చయించండి. 'ఎమోషనల్ ఇంటెలిజెన్స్' అన్న పుస్తకంలో డానియెల్ గోల్మన్ ఒక విషయం ప్రస్తావిస్తారు. సామాన్య భాషలో దీనిని "ఎమోషనల్ స్నోబాలింగ్" (ఉద్వేగాల ఉధృతం) అని వ్యవహరిస్తారు. విముఖ ఉద్వేగం అతి లఘుస్థాయిలో మొదలవుతుంది. దానిమీద శ్రద్ధవహించి శక్తి ఇచ్చినకొద్దీ అది "ఇంతింతై వటుడింతై..." అన్నట్లు పెరిగిపోతూ ఉంటుంది. సుముఖ ఆలోచనలతో, అనుభూతులతో కాపురం చెయ్యటానికి నిశ్చయించుకోండి. విముఖ ఆలోచనలను ఎండగట్టండి. గుర్తు ఉంచుకోండి, మీ ఆలోచనలు మీ అదుపులో ఉన్నాయి!

ఆశావాదిగా ఉండండి

మీ ఉద్వేగాలు ఎక్కడ మొదలవుతాయి? మీ ఆలోచనలా, మీ అనుభూతులా – ఏవి ముందర వస్తాయి? అనుభూతికి ముందరే ఆలోచన వస్తుంది అన్నది యదార్థం. నిర్ణయానికి, చర్యకు పూర్వమే అనుభూతి కలుగుతుంది. తొలుదొల్త మీకు ఒక ఆలోచన కలుగుతుంది. లేదా మీకు కొంత కొత్త సమాచారం అందుతుంది. అప్పుడు ఆ ఆలోచన సుముఖమా విముఖమా అని మీరువ్యాఖ్యానిస్తారు. మీ వ్యాఖ్యానానికి అనుగుణంగా మీ ఉద్వేగం చెలరేగుతుంది. ఆ ఉద్వేగం మీలో స్పందన లేదా ప్రతిక్రియ రేపుతుంది.

మరోవిధంగా చెప్తే, ఒక సంఘటన లేదా అనుభవాన్ని గురించి, మీ ఆలోచనలు, స్పందనలు ఎలావుంటాయి? ఆ ఆలోచనలే మీ ఉద్వేగ జీవితాన్నీ, మీ అనుభవాలనూ నిర్ణయిస్తాయి. మీ జీవితంలో ప్రతి ఒక్క అంశానికీ అర్థము పరమార్థమూ కల్పించేది మీరే, మీరు మాత్రమే, మరెవ్వరూ కారు!

ప్రవర్తనా మానసిక శాస్త్రంలో ఉద్దీపకం, స్పందన అని ఒక ఉదాహరణ ఉన్నది. దాదాపు అందరూ ఈ మార్గంలోనే ఆలోచిస్తారు. ఒక సంఘటన, లేక ఉద్దీపకం ఒక స్పందనకు, ప్రతిక్రియకు ఆశువుగా ప్రేరకం అవుతుంది. మీ ఆలోచన, మీ అనుభూతులూ దాదాపు స్వభావసిద్ధం, సహజము అవుతాయి. గతంలో ప్రతిస్పందించినట్లుగానే ఇప్పుడు కూడాయాంత్రికంగా స్పందిస్తారు.

సాధారణ వ్యక్తులకంటే ఆలోచనాపరులు భిన్నంగా ప్రతిస్పందిస్తారు. వారే అమితానంద స్వరూపులు, ఉత్తమసాధకులు. ప్రభావశీలురైన వ్యక్తులు ఒక ఉద్దీపకం ఎదురైనపుడు తక్షణం స్పందించరు. ఏమిజరుగుతున్నది, ఏమి చెయ్యాలి, ఏది ఉత్తమ మార్గం అని తాపీగా ఆలోచిస్తారు. ఆ ఉద్దీపకానికీ, ప్రతిస్పందనకూ నడుమ ఉన్న క్షణాలే మనిషి జీవితాన్ని విలువ కడతాయి.

ఆలోచనామృతశక్తి

మీ జీవితంలో సంఘటనలకు ప్రతిస్పందించేముందు సుముఖంగా, నిర్మాణాత్మకంగా ఆలోచించటం అలవాటు చేసుకుంటే, మీ ఆలోచనలు సుముఖంగాను, క్రియాత్మకంగాను రూపొందుతాయి. ఏమవుతుందోనన్న ఆలోచన లేకుండా తక్షణం స్పందించేవారితో పోలిస్తే మీరు మేలైన ఎంపికలు, నిర్ణయాలు చేస్తారు.

మీ జీవితాన్ని పరిశీలించితే, మీకు దుఃఖకారణాలయిన నిర్ణయాలన్నీ అనాలోచితంగా చేసిన ప్రతిక్రియలు, ప్రతిస్పందనలేనని గ్రహిస్తారు.

ప్రత్యామ్నాయ న్యాయం

ఒక సమయంలో మీ మనసులో ఒక ఆలోచనకు మాత్రమే – అది సుముఖం కానీయండి, విముఖం కానీయండి – స్థానం ఉన్నది అంటుంది ప్రత్యామ్నాయన్యాయం. అక్కడ విముఖ ఆలోచన స్థానంలో ఒక సుముఖ

ఆలోచన స్థాపించవచ్చు అనికూడా అంటుంది. మీకు విచారం కలిగించే ఆలోచనకు బదులు మీరు సుముఖమైన ఆలోచన, ఆనందకరమైన ఆలోచన చెయ్యవచ్చునని కూడా చెబుతుంది.

యూనివర్సిటీ ఆఫ్ పెన్సిల్వేనియాకు చెందిన డాక్టర్ మార్టిన్ సేలిగ్మన్ ఆశావాదం మీద ఇరవైరెండు సుదీర్ఘ సంవత్సరాల పరిశోధన చేశారు. జనం వివరించే విధానాన్ని బట్టి వారు ఆశావాదులో, నిరాశావాదులో చెప్పవచ్చు నన్నది ఆయన ముఖ్యాతిముఖ్య సిద్ధాంతాలలో ఒకటి.

మీ వివరణ విధానం అంటే ఒక సంఘటనను గురించి మీకు మీరు ఏమని చెప్పుకుంటారు, ఎలా చెప్పుకుంటారు అని. ఒక పరిస్థితి, లేదా సంఘటనను గురించి ఎవరి దృక్పథం, ఎవరి తాత్పర్యం వారికి ఉండవచ్చు. ఆ దృక్పథం, ఆ తాత్పర్యాన్ని అనుసరించేవారి అనుభూతులు స్వాభావికంగా ఏర్పడుతాయి. దృక్పథమే వాస్తవం. కనుకనే ఒక కథకు సంఘటనకు కనీసం మూడు కథనాలు ఉంటాయి. మొదటి వ్యక్తి కథనం, రెండవవ్యక్తి కథనం, వాస్తవంగా జరిగిన సంఘటన.

పరిస్థితి – అన్వయం

నాడీశాస్త్ర పరిభాషలో ఆవాసం (framing), పునరావాసం (reframing) అని రెండు పదాలు ఉన్నాయి. కేవలం ఆ పరిస్థితి కారణంగా మీకు ఆనందము, విచారము కలగటం లేదు. మీ ఉద్దేశం ప్రకారం ఆ పరిస్థితి సుముఖంగా ఉన్నదా, విముఖంగా ఉన్నదా అన్న దానినిబట్టి మీ ఉద్వేగాలు కలుగుతాయి. గతఅనుభవాన్ని గురించి మీరు పునరాలోచన చేస్తే, మీ ప్రస్తుత భావోద్వేగాలు పూర్తిగా భిన్నంగా ఉంటాయని గ్రహిస్తారు. అంతకు పూర్వం పేరుకొని ఉన్న విముఖభావాలు కరిగిపోయి మిమ్మల్ని విముక్తులను చేయవచ్చు.

ఉదాహరణకు, మీరు ఒక జిడ్డుకారుతున్న తడికప్పను చూసినపుడు (క్లిష్ట పరిస్థితి, లేదా అయిష్టమైన వ్యక్తి) దాని దగ్గరికి వెళ్ళటానికి, దానిని ముట్టుకోవటానికి అసహ్యం వెయ్యవచ్చు. కాని ఇప్పుడు మరొక విధంగా ఆలోచించండి. దోమలు కుడితే మనకు చాలా దురద, విపరీతమైన చిరాకు కలుగుతాయి. కాని ఆ కప్ప దోమలను తింటుంది అన్న ఆలోచన కలిగినపుడు, ఆ కప్ప మరొక విధంగా దర్శన మిస్తుంది.

మానసిక చికిత్సలో పునరావాసం (reframing) ఒక ముఖ్యమైన సాధనం. ఒక పరిస్థితిని గురించి జనం తమ దృక్పథం మార్చుకోగలిగితే ఆ విషయంలో వారి అనుభూతులు పూర్తిగా మారిపోతాయి. మీ బాల్యం కష్టభూయిష్టమని మీకు విచారంగా ఉండిఉండవచ్చు. కాని ఆ బాల్య అనుభవాలు మిమ్మల్ని ఒక ఉత్తమవ్యక్తిగా రూపుదిద్దాయని ఆలోచిస్తే, మీ దృక్పథం మారిపోతుంది. బాల్యంలో మీకు ఎదురైన కష్టాలకు మీరు కృతజ్ఞులు అవుతారు. వాటివల్లనే మీరు ఈనాడు ఇంత ఉత్తములయినారు!

ఇక్కడ భాష చాలా ప్రాముఖ్యత వహిస్తుంది. ఒక సంఘటనను వర్ణించటానికి మీరు ఉపయోగించే భాష, పదాలు ఇతరుల ఆలోచనలు, అనుభూతులు, ఉద్వేగాలు, ప్రతిక్రియలు, విముఖాలు, సుముఖాలు అన్నిటికీ మీ భాషే మూలం. కనుక మీ పదాలు జాగ్రతగా ప్రయోగించండి.

బ్రయాన్ కథ

బ్రయాన్ కుటుంబం పేద కుటుంబం. వారికి డబ్బు లేదు. అవకాశాలు కూడా అంతంతమాత్రమే. ఆయన హైస్కూల్ చదువుకు వెళ్ళలేదు. చాలా సంవత్సరాలు ఆయన గిన్నెలు కడగటం, గుంటలు, బావులు తవ్వటం వంటి కూలి నాలి పనులు చేశారు. తన జీవితంలో మూడవ దశకంలో ఆయన అమ్మకాలలోకి దిగారు. అక్కడ ఆయన సఫలత సాధించారు. అక్కడినుంచి అమ్మకాల నిర్వహణలోకి ఎదిగారు. అక్కడ ఆయన ఇంకా రాణించారు. ముప్పయి సంవత్సరాల వయసు వచ్చేసరికి ఆయన జీవితం మలుపు తిరిగింది. ఆయన వృత్తిలో ఎదుగుతున్నారు.

మంచిరోజులు వచ్చాయి కనుక ఆయన ధైర్యం చేసి తను కలగన్న కారు ఒకటి కొన్నారు. అది రెండుసంవత్సరాలు ఉపయోగించిన మెర్సిడిస్ బెంజ్ 450 SEL. అది బూడిద రంగు. లోపల సీట్లు నీలిరంగు లెదర్తో చేసి ఉన్నాయి. మొదటి వాయిదా కింద ఆయన తన పాతకారు అమ్మి చెల్లించారు. ఆ తర్వాత నెలసరి వాయిదాలు ఐదేళ్ళ పాటు కట్టారు. అయితే ఏతావాతా తను కోరుకున్న కారు సాధించారు.

జాతీయ రహదారి మీదికి వెళ్ళినపుడు ఆయన ఆక్సేలేటర్ మీద అడుగుపెట్టి దానిని ఒకపెద్దబోట్ లాగా నడిపారు. ఇంకా వేగంగా, ఇంకా

ఇంకా వేగంగా... చివరికి వేగం అతిక్రమణకు జరిమానా చెల్లించకుండా ఉండటానికి వేగం తగ్గించారు. ఈ పెద్దకారు ఒక సంవత్సరం నడిపాక, ఆయన దానిని మెర్సిడిస్ బెంజ్ రిపేర్ లో సిద్ధహస్తుడైన ఒక సర్విస్ మెకానిక్ దగ్గరికి తీసుకు వెళ్ళారు.

ఒక చిన్న పరికరం

ఆ కారు తీసుకున్నపుడు మెకానిక్ మారియో కారు కార్బ్యురేటర్ లో సమస్య ఉన్నదన్నాడు. అంతకుపూర్వం ఒక మెకానిక్ ఆ కార్బ్యురేటర్ లో ఒక కీ తిరగతిప్పి తొడిగారు. ఆ కారణంగా ఇంజన్ లోకి సరఫరా అయ్యే ఇంధనం తగ్గిపోయింది. ఈ సాధనంమార్చి మారియో కొత్త పరికరాన్ని సవ్యంగా అమర్చాడు. అతను "గ్యాస్ మీద అడుగు పెట్టేటపుడు జాగ్రత. తేడా మీకే తెలుస్తుంది." అని చెప్పాడు.

అప్పటికే బ్రయాన్ తన కారుతో చాల సంతోషంగా ఉన్నారు. అది రహదారిమీద కూడా చక్కగా వెళ్తున్నట్లు తోచింది. కాని ఇప్పుడు ఆయన గ్యాస్ పెడల్ మీద అడుగు పెట్టీ పెట్టగానే కార్ రాకెట్ లాగా ముందుకు దూసుకు పోయింది. రోడ్డు మీది ట్రాఫిక్ మీదకు దూకకుండా ఆపటానికి ఆయన బ్రేకులు గట్టిగా తొక్కవలసి వచ్చింది.

అప్పటినుంచీ ఆయన తన మెర్సిడిస్ డ్రైవ్ చేసినపుడల్లా, బ్రయాన్ యాక్సెలరేటర్ మీద అడుగు అతి సున్నితంగా వేయవల్సి వచ్చేది. అతి సున్నితంగా ముట్టుకుంటే చాలు ఆ కారు ఐదు సెకన్లలో 60 మైళ్ళ వేగం అందుకునేది. ఆ వేగం తగ్గించటానికి ఆయన వెంటనే బ్రేకులు వేయాలి. కార్బ్యురేటర్ లో ఒక చిన్న పరికరం మార్చినందువల్ల కలిగిన ఫలితం ఇదంతా!

మీ సామర్థ్యాలు అసాధారణం

మీ మనసు, సంభావ్యశక్తి కూడా అందంగా రూపుదిద్దిన ఆ మెర్సిడిస్ ను పోలినవే. ప్రస్తుతం మీ జీవితం సంతృప్తికరంగానే నడుస్తూ ఉండవచ్చు. మీ మనసులో ఎక్కడో ఒక విముఖ జ్ఞాపకం, అడ్డంకి, వికృతమైన కప్ప దాగి ఉండవచ్చు. అసాధారణమైన విజయాలు సాధించనీయకుండా మీకు

అడ్డుపడుతున్నది అది ఒక్కటే కావచ్చు. మీరు ఆ అడ్డంకి గుర్తించి తొలగిస్తే, మీరు కొద్ది వారాలలో, లేదా కొద్ది నెలలలో ప్రగతిబాటన పయనం మొదలు పెడుతారు. ఇన్ని సంవత్సరాలుగా మీకు సాధ్యంకానిది ఈనాడు సరళం అవుతుంది.

మిమ్మల్ని పట్టి వెనక్కులాగే ఆ అడ్డంకులను గుర్తించటం ఎలాగో వచ్చే అధ్యాయంలో తెలుసుకుంటారు. మీరు కోరుకున్న మార్గంలో అంతులేని శక్తి, ఉత్సాహము, తృష్ణతో సాగటం ఎలాగో తెలుసుకుంటారు. మీ జీవితాన్ని మార్చివేయగల నూతన భావాలు, అంతర్ దృష్టులు నేర్చుకుంటారు.

ఇప్పుడు ఈపని చెయ్యండి

గతంలో మీకు ఎవరో ఒకరి మీద కోపం వచ్చింది. లేదా ఒక చేదు అనుభవం మిమ్మల్ని పట్టి వెనక్కు లాగుతున్నది. ఆ కారణంగా మీరు మీ వృత్తిలో, వ్యక్తిగత జీవితంలో త్రికరణశుద్ధిగా వ్యవహరించలేక పోతున్నారు. అవి ఏమిటో గుర్తించటానికి ప్రయత్నించండి.

ఆ చేదు అనుభవాన్ని మీరు సుముఖంగా దర్శించబోతున్నారు. అందులో మంచినిచూసి నేర్చుకోవటానికి సిద్ధంగా ఉన్నారు. దాన్ని – ఆ అనుభవాన్ని మర్చిపోవటానికి సిద్ధంగా ఉన్నారు. ఆ గతాన్ని పట్టుకు వేలాడటంకంటే మీ ధ్యాస అంతా మీ భవిష్యతు మీద, మీ లక్ష్యంమీద కేంద్రీకరించుతున్నారు.

5

బురద కడిగెయ్యండి

ఆత్మతృప్తితో ఆనందంగా జీవించాలనే అందరూ కోరుకుంటారు. ఆనందము, సంతృప్తి, ప్రియమైన బాంధవ్యాలు, మనశ్శాంతినే ప్రతిఒక్కరూ కోరుకుంటారు. మరి ఇంతమంది– వారు స్వయంగా ఒప్పుకున్నదే –“నిరాశామయ జీవితాలు” ఎందుకు ఈడ్చుకు వస్తున్నారు?

మన విముఖ విద్వేగాలు, మన జీవనయానంలో అవి సృష్టించే ఆటంకాలు – ఇవే మన ఆనందాన్నీ, వ్యక్తిగత సఫలతనూ దోచివేస్తున్నాయి. ప్రతి ఒక్కరి జీవితంలోనూ ఇదే కథ. మనసులోని బురదలో కాపురంపెట్టిన వికృతమైన కప్పలు మనలను పడదోసి వెనక్కు లాగుతాయి.

బాల్యంలో తగినంత ఆప్యాయత లోపించి, ఘాతుకమైన విమర్శలకు లోనుగావటంవల్ల పిల్లలలో చిన్నతనంలోనే విముఖ ఉద్వేగాలు పాదుకుంటాయి.

తమ స్థితికి జనం ఎప్పుడూ పరిస్థితులను తూలనాడుతూ ఉంటారు. నేను పరిస్థితులను నమ్మను. ఈలోకంలో నెగ్గుకువచ్చేవారందరూ, వారు కోరిన పరిస్థితులు వెతికి పట్టుకుంటారు. ఒకవేళ ఆ పరిస్థితులు కనబడక పోతే, వాటిని వారు సృష్టించుతారు.

– వివీ వారెన్, మిసెస్ వారెన్స్ ప్రొఫెషన్, జార్జ్ బెర్నార్డ్ షా

వారు పెద్దవారవుతుంటే ఈ ఉద్వేగాలు కూడా వారితోబాటు పెరిగి పెద్దవవుతాయి. ఇంకా ఇంకా ద్రుఢపడి రకరకాల అదనపు ఉద్వేగాలకు మూలమవుతాయి.

భయం, అనుమానం, చింత, అసూయ, ఈర్ష్య, ద్వేషం, అసహ్యం, అపాత్రత, అసమగ్రత – జనం అనుభవించే విముఖ ఉద్వేగాలు ఇవే. ముఖ్యంగా ఎదుటివారితో పోల్చుకునేటపుడు ఇవి తలెత్తుతాయి.

చిన్నతనంలో నిత్యమూ విమర్శకు గురవుతూ ఉంటే వారిలో భయము, అనుమానం, చింత పాదుకుంటాయి. ఆ పిల్లవాడు ఎంత సాధించినా ఆతని తల్లిదండ్రులకు ఎంతకూ తృప్తి కలగదు. చిన్నపిల్లలపట్ల ప్రేమానురాగాలు, సంతృప్తి వెలిబుచ్చే కుటుంబాలు చాలా అరుదు. ఆ బిడ్డ ఏదోవిధంగా తమను సంతోషపెట్టకపోతే తక్షణం వారు తమ ప్రేమానురాగాల తలుపులు మూసివేస్తారు.

ఉద్వేగాలు – విలువలు

ఉద్వేగాలు అన్నీ, ముఖ్యంగా విముఖ ఉద్వేగాలు విలువలను తారుమారు చేస్తాయి. ఉద్వేగాల ఉచ్చులో చిక్కుకున్న వ్యక్తి స్పష్టంగా, సకారణంగా ఆలోచించే శక్తి కోల్పోతారు. ఆ ఉద్వేగం తీవ్రత పెరిగిన కొద్దీ వారు వాస్తవానికి దూరమవుతారు. స్పష్టంగా తార్కికంగా ఆలోచించలేరు. అప్పుడు వారు మాట్లాడేదానికి అర్థం పర్థం ఉండదు. అంతా విరసంగా, విధ్వంసకంగా మాట్లాడుతారు.

అబిగేయిల్ ట్రాఫర్డ్ న్యూయార్క్ లో నివసించే రచయిత్రి. కొన్ని సంవత్సరాల క్రితం ఆమెకు విడాకులు తీసుకోవలసిన పరిస్థితి ఏర్పడింది. ఆ విడాకులు ఆమెకు చాలాబాధాకరంగా పరిణమించింది. ఆ తర్వాత ఆమె 'క్రేజీ టైం' పేరుతో ఒక రచన చేశారు. విడాకుల తర్వాత రెండుసంవత్సరాలు ఆమె ఉద్వేగాలు తనను ఎంత అతలాకుతలం చేశాయో, తను ఎంత అసభ్యంగా ప్రవర్తించారో వివరించారు. ఆ విడాకుల సమస్యనుంచి బయట పడ్డాక గత రెండు సంవత్సరాలలోనూ తను అలా ప్రవర్తించింది అంటే నమ్మశక్యంగాకుండా ఉన్నదంటారు ఆమె. ఆ సమయంలో తనలో చెలరేగుతున్న విముఖభావాల తీవ్రత వల్ల తనకు అప్పుడు పిచ్చెక్కిందేమో

నంటారు ఆమె. తీవ్రమైన ఉద్వేగాల ఒత్తిడికి లోనైనపుడు చాలామందికి ఇలాగే జరుగుతుంది. ఉద్వేగాలు విలువలను తలకిందులు చేస్తాయి.

విముఖ ఉద్వేగాలు – మూలాలు

జనం విముఖ ఉద్వేగాలు కల్పించుకొని వాటిని అంటిపెట్టుకొని ఉండటానికి ముఖ్యమైన కారణాలు ఐదు. అన్నిటికంటే దుర్మార్గపు కప్పలు ఇవే. ఉద్వేగాల ఊబిలో ఎక్కడో లోతుగా చీకట్లో ఈదుతూ ఉంటాయి. అవి సమర్ధన, గుర్తింపు, అతిగ్రాహకత్వం (అతిసంవేదనత్వం), తీర్మానించే తత్త్వం వ్యవస్థీకరణ. విముఖ ఉద్వేగాలనుంచి విడుదల పొందాలంటే మొదట అవి ఎక్కడినుంచి వస్తాయో తెలుసుకోవాలి. అప్పుడు వాటిని వదిలించుకోవచ్చు, లేదా అసలు అవి మొలకెత్తకుండా అడ్డుపడవచ్చు.

సమర్ధన

మీ విముఖత్వాన్ని, మీ కోపాన్ని మీరు సమర్ధించుకుంటారు. కోపగించటం మీ హక్కు అన్నట్లు మాట్లాడుతారు. ఈ విముఖ ఉద్వేగాలు అనుభూతి చెందటానికీ, ఇతరులమీద ప్రయోగించటానికీ మీ హక్కును సమర్ధించుకోకపోతే విముఖ ఉద్వేగాలు ఉండవు, ఉండలేవు.

మీరు ఒక విముఖ పరిస్థితి చర్చించుతున్నారు. అప్పుడు మీ విముఖత్వాన్ని మీరు పలువిధాల సమర్ధించుతారు. మీరు డ్రైవ్ చేస్తున్నపుడు మీరు స్వగతం చెప్పుకుంటూ ఉంటారు. అక్కడలేని వ్యక్తులతో తీవ్రంగా వాదిస్తూ మీరు చెప్పిందే సబబు అని సమర్ధిస్తూ సాగుతారు. సమర్ధన తరుచు మిమ్మల్ని జాగరణ చేయిస్తుంది.

ఎదుటిమనిషిచెడ్డవారు అని ఏదోవిధంగా మీకు మీరు నచ్చచెప్పుకొని, మిమ్మల్ని మంచివారుగా చిత్రించుతారు. మీరు అమాయకులు, పరిశుద్ధాత్ములు, కనుక మీ అనుభూతులు సమంజసం, అవి కలగటం మీ హక్కు అని తోచినపుడు మీ కోపం మరికొంత పెరుగుతుంది, మీరు ఇంకా కలవర పడుతారు.

మిమ్మల్ని నొప్పించేది, మీకు కోపం తెప్పించేది, లేకపోతే కేవలం అక్రమమైనది ఒక సంఘటన జరిగి ఉండవచ్చు. కాని ఆ అనుభవానికి

ఉద్వేగాన్ని జోడించగలిగిన ఒకేఒక వ్యక్తి మీరుమాత్రమే. మీరు ఒక్కరే. మీరు దానిని పట్టుకు కూర్చోవచ్చు. పోనీలేమ్మని నిర్లిప్తంగా ఉండవచ్చు.

గుర్తింపు

విముఖ ఉద్వేగాలకు రెండవ ఆహారం గుర్తింపు. అంటే ప్రతివిషయాన్నీ మీరు వ్యక్తిగత దృష్టితో చూస్తారన్నమాట. ఏది జరిగినా అది మీ మీదికే వదిలిన అస్త్రమని మీ ఉద్దేశం.

ఒక విముఖ సంఘటనతో మీరు కల్పించుకోకపోతే, దానిని గురించి మీకు ఎటువంటి ఉద్వేగమూ – సుముఖం కాని, విముఖం కాని – కలగదు. మీరు వార్తాపత్రికలో ఒక వార్త చదువుతారు. చైనా ఉత్తర ప్రాంతంలో వరదలు వచ్చి ఒక వెయ్యిమంది –పిన్నా, పెద్దా, ఆడా, మగా అందరూ – కొట్టుకు పోయారు. కలిగితే మీకు కొంచెం విచారం కలిగి ఉండవచ్చు. ఆ తర్వాత ఎటువంటి భావనా లేకుండా పేజీ తిరగేస్తారు. ఆ వరదల పాలయినవారెవరూ మీకు తెలియదు. ఆ మాటకు వస్తే ఆ ప్రాంతం కూడా మీకు ఎక్కువ తెలిసి ఉండకపోవచ్చు. కనుక ఆ విషాద ఘటన మిమ్మల్ని కదిలించలేదు. ఏతావాతా దానిని గురించి మీకు ఎటువంటి ఎద్వేగమూ కలుగదు.

అంటే మీకు ఇతరుల బాధ, కష్టాలపట్ల జాలి, దయా లేవని అర్థం కాదు. కాకపొతే మీరు అ విషయంలో ఉద్వేగ పూరితంగా చలించరు. ఉదాహరణకు మీ సహోద్యోగి ఒకరు వ్యక్తిగత కారణాలవల్ల తన విధులు సరిగా నిర్వర్తించటం లేదు. మీరు ఆమె పట్ల జాలిపడవచ్చు. కాని మీ పని మానుకొని ఆమె పని చేసిపెట్టవలసిన అగత్యం లేదు. ఆరోగ్యకరమైన ఉద్వేగాలు, వాటికి హద్దులు, ముఖ్యంగా వృత్తి, ఉద్యోగ ధర్మాలలో, అత్యవసరం. మీరు జాలి పడవచ్చు కాని మరొకరి ఉద్వేగాలలో పాలు పంచుకో నవసరం లేదు.

అతిగ్రాహకత్వం

మిమ్మల్ని గురించి ఇతరుల అభిప్రాయాలకు, ఆలోచనలకు, వైఖరులకు ప్రాముఖ్యత ఇవ్వటం విముఖ ఉద్వేగాలకు మరొక మూలకారణం. అదే అతిగ్రాహకత్వం. ఇంతకు మునుపు చెప్పినట్లు విపరీతమైన విమర్శ, వాత్సల్యాభావం మధ్య పెరిగిన వారు ప్రగాఢమైన న్యూనతా, అసమగ్రత

అనుభూతి చెందుతూ ఉంటారు. ఇతరులనుంచి లభించే ఆదరణ, ప్రతిక్రియ, క్రియలపట్ల ఈ అనుభూతులు తీవ్రంగా ప్రత్యక్షమవుతాయి.

'ఇన్ సెర్చ్ ఆఫ్ ది మిరాక్యులస్' అన్న తన రచనలో పీటర్ ఊస్పేన్స్కీ ఈ ప్రక్రియను అంతరంగమథనం ('ఇన్వర్డ్ కన్సిడరింగ్') అంటారు. ఇతరులు మీతో ఎలా వ్యవహరిస్తున్నారు అన్న విషయంలో మీరు అతి సూక్ష్మగ్రాహకులు. ఇతరులు మిమ్మల్ని గురించి విముఖంగా ఆలోచిస్తున్నారనే ఆలోచనే మిమ్మల్ని కలవరపరిచి కుంగదీస్తుంది.

ఎదుటివారినుంచి ఒక మంచిమాట, ఒకమెచ్చుకోలుతో మీరు పొంగిపోతారు. అలాగే ఒక్క కుంటిచూపుతో కుంగిపోతారు. అతి సున్నితమనస్కులు ఏమీలేని చోట అవమానము, నిరాకరణ అనుభూతి చెందుతారు. ఈ అతిసున్నిత మనస్కులు కొన్నిసార్లు ఎదుటివారి ఆమోదం లేకుండా ఏమీ చెయ్యలేనంత, దాదాపు పక్షవాతం వచ్చినంత, నిస్సహాయులు అవుతారు.

తీర్మానతత్వం

విముఖ ఉద్వేగాలకు నాలుగో కారణం తీర్మానతత్వం. ఎదుటివారిని విముఖంగా అంచనా వెయ్యటమే వీరి ఉద్యోగం. ఎదుటివారిని చులకనగా, విముఖంగా అంచనా వేసినప్పుడు వారిలో ఏదో ఒక తప్పు కనబడుతుంది. ఆ తప్పు మీ కోపానికి, వారిపట్ల నిరసనకు, విముఖభావాలకు కారణం అవుతుంది.

బైబుల్ (మాథ్యూస్ 7:1) "తీర్మానాలు చెయ్యకండి. లేకపోతే మీకూ అదే జరుగుతుంది." అంటుంది. ఇతరులను గురించి తీర్మానించేటపుడు వాస్తవానికి విముఖత్వాన్ని, విచారాన్ని మీకు మీరు స్వయంగా కొని తెచ్చుకుంటున్నారు. ఎదటివారిని మీరు ఎలా తీర్మానిస్తారో అదేవిధంగా ఎదటివారుకూడా మిమ్మల్ని తీర్మానిస్తారు. ఎదటివారిని గురించి తీర్మానించినపుడు, మీరు వారికంటే అధికులని, వారు మీకంటే అల్పులని మీ భావం. అప్పుడు వారు మీపట్ల విముఖంగా ప్రతిస్పందిస్తారు.

ఏ కారణంగానైనా సరే మీరు మరొకవ్యక్తిని గురించి తీర్మానించక పోతే, మీకు వారిమీద కోపం వచ్చే అవకాశం లేదు. ఎదటివారు ఏదో అన్నారు,

ఏదో చేశారు లేదా ఏదో చెయ్యలేదు.అందుచేత మీకు బాధ కలిగింది, అన్నపుడే మీకు కోపం రావటానికి మంచి అవకాశం ఏర్పడుతుంది.

ఈ తీర్మానతత్వం నిర్మూలించాలంటే, ఇకనుంచి ఎవరిని గురించీ దేనికీ తీర్మానం చెయ్యనని నిశ్చయించుకోండి. మొదట్లో ఇది ఆచరించటం చాలాకష్టసాధ్యమయిన పని. కాని అభ్యాసం కూసువిద్య కదా! ఒక్కటి గుర్తు ఉంచుకోండి. ప్రతి ఒక్కరికీ వారివారి అభిప్రాయాలకు, ఆలోచనలకు స్వేచ్ఛ ఉన్నది. ఇది పునఃపునః స్మరణ చెయ్యండి.

ఇప్పుడు ఈపని చెయ్యండి

తరుచు ఇతరులను గురించి వ్యాఖ్యలు చేస్తూ ఉంటాం. మనలో మనకు నచ్చనిదేదో వారిలో కనిపించి ఉండవచ్చు. వారిమీద అసూయ కావచ్చు. వారు సాధించినదంతా మనమూ సాధించాలని కోరిక. లేదా వారికి లభిస్తున్న ప్రతిఫలాలే మనకూ కావాలని మన కోరిక. ఈ సారి ఎవరిని గురించైనా వ్యాఖ్యానించాలనిపించినపుడు దానివెనుక ఉన్న కారణం విచారించండి, పరిశీలించండి. మీలోకూడా అదే లక్షణం ఉన్నదా లేకపోతే ఉన్నట్లు అనుమానమా? ఆ లక్షణం మీకు నచ్చదా? కాకపోతే ఆ వ్యక్తి లక్షణాలు, జీవనశైలి మీకుకూడా కావాలా?

తీర్మానం, నిరసనలకు తటస్థంగా ఉండటం అంటే తీర్మానాలు చెయ్యటానికీ, నిరసించటానికీ విపర్యయం. ఒక పరిస్థితిని గురించి, వ్యక్తిని గురించి ఉద్వేగపడకుండా నిర్లిప్తత వహించటం. బౌద్ధుల నిర్లిప్తత అభ్యాసం చేస్తే ఈ స్థితి సాధ్యమవుతుంది. ప్రశాంతంగా ఉద్వేగరహితంగా ఉండండి. ఆ వ్యక్తినుంచి ఒక అడుగు వెనక్కు జరగండి. ఆయనను యధాతధంగా వదిలి ఆయన చేసేది చెయ్యనివ్వండి. మీ విలువలతో, ఆలోచనలతో ఆయనను అంచనా వెయ్యటానికి ప్రయత్నించకండి. ఆయన చేసేపనులతో మీకు ఎటువంటి సంబంధమూ లేదు.

మరొకరిని గురించి తీర్మానించేటపుడు మీరు ఉద్వేగ పూరితులవుతారు. ఉద్వేగాలు విలువలను వికృతం చేస్తాయి. మీ తీర్మానాలు, ఖండనలు పెరిగినకొద్దీ మీకోపం పెరుగుతుంది, మీరు ఇంకా ఇంకా విముఖులవుతారు. ఎదటివారి ప్రవర్తన అదుపుచెయ్యాలనే కోరికతో జనం వారినిగురించి

తీర్మానిస్తూ ఉంటారు. కాని ఇక్కడ వాస్తవం ఏమిటంటే ఎవరికి తోచినట్లు వారు జీవించే హక్కు – ఎదటివారి దారికి అడ్డు రానంతవరకూ – ప్రతిఒక్కరికీ ఉన్నది. మీరు జీవించండి, ఎదటివారిని స్వేచ్ఛగా జీవించనివ్వండి.

కుటుంబంలో ఒకరు నిత్యమూ ఇతరులమీద ఫిర్యాదులు చేస్తూనో, ఇతరులను విమర్శిస్తూనో ఉంటారు. మీరు అటువంటి కుటుంబంలో పెరిగి ఉంటే ఇతరులను గురించి తీర్మానాలు చెయ్యటం, ఇతరులను నిరసించటం సహజమైన ప్రవర్తన అని మీకు అనిపించవచ్చు. ఎవరో ఏదో ఒకటి చెప్పటమో చెయ్యటమో జరుగుతుంది. అది మీకు నచ్చదు. అటువంటి సమయంలో తటస్థంగా, నిర్లిప్తంగా ఉండటం మీకు వింతగా విపరీతంగా తోచవచ్చు.

మీ మనసు ఒక అద్భుతం. కాని అది రెండువైపులా పదును ఉన్న కత్తిలాంటిది. మీరు సంతోషంగా ఉండటానికీ ఉపయోగించవచ్చు. ఆగ్రహించటానికీ ప్రయోగించవచ్చు. అంతా మీ చేతిలో ఉన్నది. మీ చుట్టూగాని మీకు గాని ఏమి జరుగుతున్నా మీరు మీ వివేకాన్ని వినియోగించి ప్రశాంతంగా, నింపాదిగా ఆగ్రహావేశాలకు అతీతంగా ఉండటం మీ లక్ష్యం కావాలి.

ఎవరైనా అనుచితంగా ప్రవర్తిస్తే, వారిని గురించి తీర్మానాలు చెయ్యటం ఆపండి. కొందరు చేసే పనులు, చెప్పే మాటలు మీకు అసందర్భంగాను, విముఖంగాను తోచవచ్చు. అటువంటి సమయాలలో రెచ్చిపోయి కల్పించుకోకండి. ఒక అడుగు వెనక్కువేసి తటస్థంగా గమనించండి.

ఇప్పుడు ఈపని చెయ్యండి

ఇరవై నాలుగు గంటలసేపు ఎవరినీ, దేనినీ వంకలు పెట్టకూడదని నిర్ణయించుకోండి. తటస్థంగా ఉండండి. ఎవరినో ఒకరిని నిత్యమూ తప్పుపట్టటం అలవాటు అయినతర్వాత, తటస్థంగా ఉండటం ఎంత కష్టమయినపనో గమనించండి.

ఇతరులపట్ల జాలి పడండి: ఇతరులకు వంకలు పెట్టటం మానుకోవాలంటే, ఎదటివారిపట్ల జాలిచూపటం, సహానుభూతి పడటం ఉత్తమ మార్గం. ఒకేసమయంలో ఒకరిపట్ల జాలిచూపటం, విముఖంగా తీర్మానించటం జరుగని పనులు, అసంభవం. వారిని క్షమించి, ఆశీర్వదించి వదిలివేయటం అన్నిటికీ మించిన ఉత్తమ కార్యం. పరిస్థితికి అతీతులుగా

ఎదగండి. ఎదటివారి ప్రవర్తన మిమ్మల్ని ఏవిధంగానూ కలతపెట్ట కూడదు. ఎదటివారిలో వంకలు, తద్వారా తీర్మానాలు చేసే ఆలోచన కలిగినపుడు, ప్రత్యామ్నాయ న్యాయం ప్రయోగించండి. మీకు ఆనందం, సంతోషం కలిగించే విషయాలు ఆలోచన చెయ్యండి. మీ విముఖ ఆలోచనలు తటస్థం అవుతాయి.

మీరు ఒక క్లిష్టమైన వ్యక్తితో వ్యవహరిస్తున్నారు. అటువంటపుడు ఆ వ్యక్తిని అలిసిపోయి, ఆకలితో, చిర్రుబుర్రుమనే పసిబిడ్డగా చూడండి. ఆ బిడ్డ కోపదారి అవుతున్నది, అల్లరిచేస్తున్నది. పసిబిడ్డను మీరు కోపపడరుకదా! పసిపిల్లలు అప్పుడపుడు ఇలా ప్రవర్తిస్తూ ఉంటారని మీకు తెలుసు. ఇది మీకు కొత్త ఏమీ కాదు. మీరు ఒక్క క్షణం ఆగి ఆలోచించండి. మీరు కూడా అలిసిపోయి, ఒత్తిడిలో అనుచితంగా ప్రవర్తించిన సందర్భాలు గుర్తుకు తెచ్చుకోండి. మనం అందరమూ ఎపుడో ఒకపుడు ఆ స్థితి అనుభవించినవారమే.

అదే పరిస్థితిలో మనంకూడా అలాగే ప్రవర్తించి ఉండవచ్చు. ఈ విషయం గుర్తు చేసుకుంటే మన తీర్మానాలు ఆపటానికి మరొక మార్గం దొరుకుతుంది. "ఏ దేవుడో దయతలచి నేను బయటపడ్డాను." అని చెప్పుకోవచ్చు. మీ బతుకు మీరు బతకటం మీ కోరిక. అలాగే ఇతరులనుకూడా వారిబతుకు వారిని బతకనీయండి.

సేడోనా పద్ధతి: ఉద్వేగాలను అదుపులోకి తెచ్చుకోవటానికి ఇది ఒక పద్ధతి.ఈ పద్ధతి హేల్ దూస్కిన్ కనిపెట్టారు.గతంలో మీకు కొందరు వ్యక్తులమీద కోపం వచ్చింది. వారిమీద మీకోపం ఈనాటికీ అగ్గలేదు. అలాగే గతంలో మీకు ఆగ్రహావేశాలు కలిగించిన సందర్భాలు కూడా ఉన్నాయి. వాటిని కూడా గుర్తుకు తెచ్చుకోండి. ఇప్పుడు రెండు ప్రశ్నలకు సమాధానాలు చెప్పండి. "ఈ పరిస్థితి కలిగించిన వైషమ్యం నుంచి విడుదల కావాలా?" అన్నది మొదటి ప్రశ్న. దానికి అవునని మీ సమాధానం అయితే, రెండవ ప్రశ్న, "దాన్ని పూర్తిగా వదిలివెయ్యటానికి సిద్ధంగా ఉన్నారా?"

గతంలో జరిగిన విముఖ అనుభవాలు వదిలిపెట్టటానికి/ మర్చిపోవటానికి సిద్ధంగా ఉన్నవారు అత్యల్పం అన్నది ఆశ్చర్యకరమైన విషయం. డబ్బు, జీవితము, సమయము ధారపోసి వాటిని కొనుక్కున్నామని వారి అనుభూతి. ఆ బాధ తమ స్వంతహక్కు అని వారి అభిప్రాయం. వారు దానిని వదిలిపెట్టరు.

వదలండి: సెడోనా పద్ధతి నేర్పించే శిక్షకుల ఉదాహరణ. మీ చేతిలో ఒక పెన్సిల్ పట్టుకోండి. దానిని గట్టిగా బిగించి పట్టుకోండి. మీకు సాధ్యమయినంత గట్టిగా బిగించి పట్టుకోండి.

ఇప్పుడు మీ అరచెయ్యి నేలకు చూపుతూతూ చెయ్యి తిప్పండి. పెన్సిల్ గట్టిగా పట్టుకునే ఉండండి. ఇప్పుడు ప్రశ్న: "ఇప్పుడు మీ చేతిలో పెన్సిల్ ఎవరు పట్టుకొని ఉన్నారు?"

సమాధానం తెలిసిందే కదా! చెయ్యి గట్టిగా బిగించి ఆ పెన్సిల్ మీరే పట్టుకొని ఉన్నారు.

తర్వాతి ప్రశ్న "ఆ పెన్సిల్ ను వదిలించు కోవటం ఎలా?" సమాధానం సరళం కదా! మీరు చెయ్యి తెరిచి దానిని కింద పడనివ్వాలి.

మీ జీవితంలో విముఖ ఘటనను వదిలించుకోవటానికి ఇది అద్భుతమైన ఉదాహరణ. పెన్సిల్ అయితే మీరు పిడికిలి విప్పితే అది పడిపోతుంది. మీకు బాధ కలిగించే విముఖ అనుభవం అయితే మీ గుండె తెరిచి దానిని బయటికి పంపండి.

బయటివారెవరూ మీకు ఎటువంటి అనుభూతులూ కలిగించలేరని గుర్తు ఉంచుకోండి. ఎవరూ మీకు పిచ్చెక్కించలేరు. మీకు ఏదైనా జరిగి ఉండవచ్చు. కాని మీరు ఆ ఘటన అధీనంలో లేరు. గతంలోని ఏ ఘటనగాని, పరిస్థితిగాని, వ్యక్తి గాని మీ అనుమతి లేకుండా మీ ఉద్వేగాలను కదిలించలేరు. మీకు ఏదైనా అనుభూతి కలిగించగల వ్యక్తి అంటూ ఎవరైనా ఉంటే అది మీరే. ఆ గత సంఘటనను మీకు మీరు ఎలా అన్వయించుకుంటారు అన్నదానిమీద ఆధారపడి ఉంటుంది ఆ అనుభూతి. మీ బురదగుంటలో చచ్చిపడిఉన్న కప్పలు చచ్చినవే. మీ ఆలోచనలు, శక్తి ధారపోసి మీ విముఖ ఉద్వేగాలను సజీవంగా ఉంచుతారు మీరు. ఆ చచ్చిన కప్పలను వదిలిపెట్టటానికి ఇప్పుడే ఈనాడే నిశ్చయించండి. జీవితంలో ముందుకు సాగండి.

ఇతరులపట్ల అనుకంప: అనుకంప అన్నిటిలోకీ అత్యంత సుందరమైన ఉద్వేగం. అనుకంప అంటే ఎదుటివ్యక్తి అనుభూతి చెందుతున్న ఉద్వేగాలనే మనమూ అనుభూతి చెందటం. అప్పుడు ఆ ఉద్వేగం మనకు అవగతం అవుతుంది. ఆ పరిస్థితికీ, ఆ వ్యక్తికీ మనం సహానుభూతి చెందుతున్నాం.

ఆ కష్టసమయంలో మీ హృదయం ఆ వ్యక్తికోసం సహానుభూతి చెందుతున్నదంటే, మీలో విముఖ ఉద్వేగాలకు తావులేదు.

మీ మనసు ఒక అద్భుతం. తీర్మానాలు చెయ్యకుండా ఉండటానికి, ఎదటివ్యక్తిని మీ గాలంలోనుంచి విడిపించటానికి, గతంలో కలిగిన గాయాన్ని మర్చిపోవటానికి తగిన కారణాలు వెతికారు. మీ ఆలోచనలు పూర్తిగా మీ అధీనంలో ఉన్నాయి. ఇదంతా మీ మనసు చేసిన అద్భుతం. అవతలి వ్యక్తి నేరం ఎందుకు చేశారు, ఎందుకు నిరసించాలి, ఎందుకు శిక్షించాలి అని కారణాలు వెతకటానికి బదులు, ఆ వ్యక్తి "నిర్దోషి" అనటానికి కారణాలు వెతుకుతారు. వారిని స్వేచ్ఛగా విడిచి పెడుతారు.

ఇప్పుడు ఈపని చెయ్యండి

మీకు ఇంకా ఎవరెవరి మీద కోపం ఉన్నదో వారి పేర్లు వరుసగా వ్రాయండి. వారి పేరుకు ఎదురుగా మీకోపానికీ, విముఖభావాలకూ మూలకారణంగా వారు ఏమిచేశారో వ్రాయండి. ఇప్పుడు వారిని నిందించకుండా ఉండటానికి, వారిని ఆ ఊబిలోనుంచి బయటకు వదలటానికి కారణాలు జాబితా వ్రాయండి.

ఇప్పుడు ఆ కాగితానికి నిప్పు అంటించండి. దానిని ఇప్పుడు సాదరంగా బూడిదగుంటలో వెయ్యండి. లేదా ఒక మంటలో, లేదా ఒక గాడిపొయ్యిలో వెయ్యండి. ఆ మంటలు దానిని పూర్తిగా భస్మంచేసి, ధ్వంసం చేసేదాకా చూడండి.

అదేవిధంగా గతంలో కలిగిన గాయాలు, బాధలు వదిలిపెట్టి మర్చిపోవటానికి మీ ఇచ్ఛాశక్తి ప్రయోగించవచ్చు. అప్పుడు భవిష్యత్తు అందించే స్వేచ్ఛను, ఆనందాన్నీ మీరు ఆనందించవచ్చు.

హేతుబద్ధీకరణ

జరుగకూడని పని జరిగింది. దానికి మీరు సామాజికంగా ఆమోదమైన వివరణ ఇవ్వటానికి ప్రయత్నం చేస్తున్నారు. అదే హేతుబద్ధీకరణ. జాన్ ఆసరాఫ్ వీటిని "తార్కికమైన అబద్ధాలు" అంటారు.

చాలామందిలో ఆత్మాభిమానమూ, అహంభావము తక్కువపాళ్ళలో ఉంటాయి. కనుక అర్థం పర్థం లేకుండా వారు అది ఒప్పుకోపటానికి సిద్ధంగా

ఉండరు. ఘోర అపరాధాలు చేసిన నేరస్థులు కూడా తాము అమాయకులమనే అనుకుంటారు. తాము ఎవరికారణంగానో, దేని కారణంగానో, సమాజంవల్లనో నేరస్థులైనామని వారి భావం. వారు తమ ప్రవర్తన హేతుబద్ధం చెయ్యటానికి ప్రయత్నిస్తారు.

వగపు అంతా "విముఖ ఉద్వేగాల ప్రకటన" వల్లనే కలుగుతుందని పీటర్ ఊస్పెన్స్కి వివరిస్తారు. ఒక విముఖ పరిస్థితిని గురించి నిరంతరమూ మాట్లాడుతూ దానినే పునశ్చరణ చెయ్యటంవల్ల విముఖ ఉద్వేగాలు సజీవంగా ఉండి పెరిగి పెద్దవవుతూ ఉంటాయి. మీ విముఖ ఉద్వేగాలు పొదలో రగిలిన నిప్పురవ్వ లాంటివి. అది చిన్న రవ్వలాగానే మొదలవుతుంది. కాని త్వరలో వ్యాపించి అలవితప్పుతుంది.

కాని ఒక నిప్పురవ్వ ఎండిన గుబురుమీద పడగానే దానిని ఆర్పివేస్తే, అది వ్యాపించలేదు, అగ్నిప్రమాదం జరుగదు. అదేవిధంగా, విముఖ ఉద్వేగం కలిగిన మరుక్షణం మీరు దానిని అడ్డుకుంటే, అది సమసిపోతుంది. ఆ తర్వాత కలిగే నష్టం ఉండదు.

కోపం: మౌలిక విముఖ ఉద్వేగం

ఎప్పుడో ఒకప్పుడు ఉద్వేగాలన్నీ ఒకే గూటికి చేరుతాయి: కోపం. కోపమే అన్నిటినీ మించిన విముఖ ఉద్వేగం. భయము, ఈర్ష్య, అసూయ, నిరసన అన్నీ చివరికి కోపంగా రూపొందుతాయి. అప్పుడు ఈ కోపం అంతరంగంలో ప్రవేశించి మిమ్మల్ని శారీరకంగా, మానసికంగా రోగగ్రస్తులను చేస్తుంది. బయటికి ప్రసరించి మీ సంబంధ బాంధవ్యాలను కూలదోసి నాశనం చేస్తుంది.

విచారంతో కుంగిపోయి ఉన్నవారందరూ కోపిష్టి వారే. కుంగిపోవటమంటే కోపం లోపలికి ప్రయాణం చేసిందన్నమాట. ఒక పరిస్థితిని గురించి తమ అభిప్రాయం బాహాటంగా నిజాయితీగా చెప్పలేకపోతే ఆ కోపం అంతరంగంలోకి ప్రయాణం చేస్తుంది. ఆత్మాభిమానం లోపించటంచేత, నిరాశాభావంవల్ల ఇలా జరుగుతుంది.

కోపం ఆగ్రహావేశాల రూపంలో బయట పడుతుంది. ఎదటివారి మీదికి వాచా, కర్మణా కూడా దండయాత్ర జరగవచ్చు. ఎదటివారు ఏమైనా చేశారా, చెయ్యలేదా అన్నది ఇక్కడ అప్రస్తుతం అవుతుంది.

మానసికంగా బాధపడేవారు తమ అనుభవాలను అర్థం చేసుకోవాలి, వాటిని సమర్థించాలి. అప్పుడు వారినిపట్టిపీడించుతున్న విముఖ ఉద్వేగాలు బయటికి నడిచే అవకాశం ఉన్నది. మానసిక శాస్త్రవేత్తల సలహా సంప్రదింపులలో ప్రాథమిక లక్ష్యం ఇదే. తమ కోపం అవగాహన చేసుకోవటానికి ప్రయత్నించేవారు అందరూ ఏదో ఒక మానసిక గాయమే తమకోపానికి మూలకారణమని గ్రహిస్తారు. ఎవరో చేసిందో, చెయ్యనిదో, అన్నదో అననిదో తమను నొప్పించిందని ఒప్పుకున్నపుడు ఆ కోపాన్ని రగులుస్తూ ఉంచే ఉద్వేగభారాన్నుంచి బయట పడటం సులువని తెలుసుకుంటారు.

ఆగ్రహమూలాలు

ఎవరో తనను దౌర్జన్యం చేశారనో, ముట్టడించారనో, గాయపరిచారనో, మోసంచేశారనో అనుభూతి కలగటమే కోపానికి మూలకారణం. కోపం ఆత్మరక్షణలో దాగి ఉన్నది. కోపంవల్లగాని, భయంవల్లగాని కలిగే ప్రతిస్పందన పోరాటం లేదా పలాయనం. అందుచేత ఆ దాడికి లోనయినవారు బతికుంటే బలుసాకు తినవచ్చునని పారిపోవటమా, దాడిచేసినవారిని ఎదిరించటమా అని నిశ్చయించుకోవాలి.

ఎవరైనా కోపం ఎంత ప్రకటిస్తే ఆ కోపం –అదుపు తప్పిన అగ్నిప్రమాదంలాగా – ఇంకా అంతగా పెరిగిపోతూ ఉంటుంది. కోపంతో వచ్చిన పెద్ద చిక్కు ఇదే. కోపం పెరుగుతున్నకొద్దీ ఆ గాయం ఇంకా ఇంకా బాధిస్తూ ఉంటుంది.

చీటికిమాటికి చిర్రుబుర్రు మనటం ఒక అలవాటుగా పరిణమిస్తుంది. నిత్యమూ విచారంగా ఉండేవారికి కోపంతో భగ్గుమనటానికి ఎంత చిన్న విషయమైనా చాలు. వారు కోపంలోనే జీవిస్తూ ఉంటారు. ఆ ఉద్వేగాలు, కోపతాపాలు సాధారణమని వారికి ఒక విశ్వాసం కూడా ఏర్పడుతుంది.

వారు గాయపడ్డారని, వారి బాధను అర్థం చేసుకోవటానికి వారికి ఒక ఆలంబనం కావాలి. అందుకే వారు తమ కోపానికి అంటిపెట్టుకొని ఉంటారు. వారికి ఆ విషయం తలుచుకుంటే పిచ్చెక్కుతుంది లేదా దుఃఖం వస్తుంది. వారు ఆ విషయం ప్రస్తావించేటపుడు మీరు “మీరు ఎలా ఫీల్ అవుతున్నారో

నేను అర్థం చేసుకోగలను. మీ స్థానంలో నేను ఉంటే నేనుకూడా అలాగే ఫీల్ అవుతాను." అని చెప్పటం ఉత్తమ మార్గం. వారికి ఉపశమనం. వారితో మీరు సహానుభూతి చెందుతున్నారని చెప్పటమే వారి కోపం తగ్గించటానికి అతిశీఘ్రమార్గం. ఎదటివారు తమబాధ అర్థంచేసుకున్నారు అనిపించినపుడు వారికి ఉపశమనం కలుగుతుంది.

నిందా కేంద్రం

కోపానికి మూలకారణం నింద. ఎవరో ఏదో చేసినా, చెయ్యకపోయినా మిమ్మల్ని మీరు నిందించుకోవటం లేదా ఎదటివారిని నిందించటం అన్నివిధాలైన ఉద్వేగాలనూ ప్రవర్ధమానంచేసే ప్రబలమైన ఎరువు అదే.

మీ ప్రస్తుత పరిస్థితి చాలా ఇరకాటంగా ఉన్నది. మీకు విపరీతంగా కోపం తెప్పిస్తున్నది. అప్పుడు మీరు ఎవరో ఒకర్ని, లేదా దేనినో ఒకదానిని నిందించక పోతే ఆ విముఖఉద్వేగాన్ని తట్టుకోలేరు. మీరు మీ నింద ఆపిన మరుక్షణం లైట్ స్విచ్ ఆఫ్ చేసినట్లు మీ విముఖ ఉద్వేగం మాయమవుతుంది.

విముఖ ఉద్వేగాలకు విరుగుడు ఎంత సరళమో, ఎంత ప్రభావశాలో తెలిస్తే ఆశ్చర్యం వేస్తుంది. సంవత్సరాల తరబడి విచారంగా, విముఖంగా, కోపంగా ఉన్న వ్యక్తులు ఒకేఒక నిర్ణయంతో తమ విముఖ ఉద్వేగాలు క్షణంలో మాయం చెయ్యవచ్చు: బాధ్యత ఒప్పుకోవటం.

గారడీ మంత్రం

బాధ్యత ఎలా ఒప్పుకుంటారు? సీదాసాదాగా "అందుకు బాధ్యత నాదే!" అనండి.

ఏకారణంగానైనా మీకు ఎప్పుడైనా కోపము, విచారము కలిగితే "నేనే బాధ్యుడిని! నేనే బాధ్యుడిని! నేనే బాధ్యుడిని!" అని పునశ్చరణం చేస్తూ ఉంటే మీ ఉద్వేగాలు వెంటనే తగ్గిపోతాయి. ఇది సంభ్రమాశ్చర్యాలు కలిగించే ఆవిష్కరణ. అది అభ్యాసం చేసినవారి జీవితాన్ని పూర్తిగా మార్చివేస్తుంది.

ప్రత్యామ్నాయ న్యాయం ప్రకారం మీ మనసులో ఒకసారి ఒక ఆలోచనకు మాత్రమేచోటు ఉంటుంది. వ్యక్తిగత బాధ్యత అనే సుముఖ భావన,

లేదా కోపం, నింద వంటి విముఖ ఉద్వేగం – ఈ రెంటిలో ఏదో ఒకదానికి మాత్రమే అది చోటు ఇవ్వగలదు. రెంటికీ మాత్రం కాదు. ఆ రెంటిలో ఏది ఎంచుకుంటారో మీ చేతిలో ఉన్నది.

ఈ విశాలవిశ్వంలో మీరు అదుపు చెయ్యగలిగింది ఒకేఒకటి. మీ చేతనామానసంలో దేనికి చోటు ఇస్తారనే విషయం. మీకు ఖేదం కలిగించే విముఖ ఆలోచనకు బదులు "అందుకు బాధ్యుడిని నేనే!" అన్న సుముఖ భావనకు చోటు ఇవ్వటానికి మీరు సమ్మతించితే, మీరు ఆశావాదులవుతారు. సుముఖవాదులవుతారు. అంతా మీ అదుపులో ఉంటుంది. అంతా కొద్ది క్షణాలలో జరిగే పని.

మీరే బాధ్యులు

అన్ని విముఖ ఉద్వేగాల వెనక నింద దాగి ఉన్నది. కనుక దానికి విరుగుడు సరళం: ఎవరినో తప్పు పట్టటానికి బదులు ఆ పరిస్థితికి బాధ్యులు మీరేనని ఒప్పుకోండి. ఒక పరిస్థితికి మీరు పూర్తి బాధ్యత వహించినపుడు, మీ విముఖ ఉద్వేగాలు, సడెన్ బ్రేక్ వేసినట్లు, ఆగిపోతాయి. ఒక పరిస్థితికి పూర్తి బాధ్యత ఒప్పుకున్న తర్వాత, దానిని గురించి కోపించటం, చింతించటం అసంభవం. బాధ్యత ఒప్పుకున్నతర్వాత అక్కడ ఉన్న విముఖత్వం అంతా రద్దు అయిపోతుంది. మీ ఉద్వేగాలు మీ అదుపులోకి వస్తాయి.

ఉదాహరణకు, క్రిస్టినాకు ఒక ఖాతాదారు ఉన్నారు. ఆయన సహోద్యోగులతో, అధికారులతో దురుసుగా, ఉద్రిక్తంగా ప్రవర్తించటంవల్ల చాలా ఉద్యోగాలు పోయాయి. మామూలుగా ఆయన సౌమ్యులుగానే ఉంటారు. కాని అభద్రతా భయం కారణంగా ఆయనకు ప్రాజెక్ట్ లలో కలిగే సందేహాలకు సమాధానాలు అడిగేవారు కాదు. దానితో ఆయన నిరాశ, నిస్పృహలు ఆకాశం అంటాయి. క్రిస్టినాతో పనిచేసినపుడు, తన ఉద్యోగాలు పోవటానికి కారణం తానేనని ఆ బాధ్యత అంగీకరించారు. నిరాశ నిస్పృహ ఆవరించక మునుపే ఆయన తనకు కావలసింది అడగటానికి వారు ఇద్దరూ కలిసి ఒక పథకం తయారుచేశారు. తన పనులకు తనే బాధ్యుడు అని గ్రహించిన తర్వాత గత రెండు సంవత్సరాలుగా అదే ఉద్యోగంలో కొనసాగుతున్నారు.

విముఖ ఉద్వేగాలు, ప్రకటన

విముఖ ఉద్వేగాల ప్రకటనవల్ల ఆనందం మాయమవుతుందని ఇంతకు మునుపు చెప్పుకున్నాం. ఇది మీకు కావచ్చు, మీ ఎదటివారికి కావచ్చు, ఇద్దరికీ కావచ్చు. విముఖ ఉద్వేగాలను ప్రకటించకపోతే, వాటిని గురించి మాట్లాడకుండా, వాటిని పునశ్చరణ చెయ్యకుండా కొనసాగితేమీరు విముఖంగా అనుభూతి చెందలేరు.

ఈ క్షణంనుంచీ భయపడటానికి, సందేహించటానికి, అసూయపడటానికి, ఈర్ష్యపడటానికి, నిరసించటానికి కోపించటానికి కారణాలు వెతుకుతూ మీ అమోఘమైన వివేకాన్ని వ్యర్థంచేసేబదులు, మీ విముఖ అనుభూతులు ప్రకటించకుండా ఉండటానికి, సాకులు వెతకకుండా ఉండటానికి, హేతుబద్ధం చెయ్యకుండా ఉండటానికి మీ సృజనాత్మకత ప్రయోగించండి.

విముఖ ఉద్వేగాలు ప్రకటించకుండా ఉండటానికి అత్యంత శక్తివంతమైన నివారణ "నేనే బాధ్యుడిని!" అని పునశ్చరణ చేస్తూ ఉండటమే. సాధారణంగా మీకు ఆగ్రహావేశాలు కలిగించే ఘటన జరిగినపుడల్లా "నేనే బాధ్యుడిని!" అని పునశ్చరణ చెయ్యటమే సంజీవని.

ఇక్కడ చాలామంది "ఒక్క నిమిషం, ఎవరో ఏదో దారుణంచేసి నన్ను గాయపరిస్తే, అందుకు నేనెలా బాధ్యుడిని అవుతాను? ఆ సంఘటనకు నేను ఎంతమాత్రమూ బాధ్యుడిని కాను. అందుకు బాధ్యత వహించమనటం అన్యాయం అవుతుంది." అంటారు.

ప్రతిస్పందన అదుపు

ఇది నిజం కావచ్చు. మీరు దోపిడీకి, మోసానికి, అబద్ధాలకు, నయవంచనకు, క్షోభకు అనేకవిధాల గురి అయి ఉండవచ్చు. మీరు పార్కింగ్ లాట్ కు వెళ్ళారు. ఎవరో మీ కారు పక్కనగుద్ది, కనబడకుండా వెళ్ళిపోయారు. ఇటువంటి సమయంలో తప్పు మీదికాదు. మిమ్మల్ని తప్పుపట్టటానికి వీలులేదు.

జరిగినదానికి మీరు బాధ్యులు కారు. కాని ఆ తర్వాత మీ ప్రవర్తనకు మీరు బాధ్యులు. మీరు ఎలా స్పందిస్తారు అనేది పూర్తిగా మీ చేతిలో ఉన్నది.

మీ ఇష్టాయిష్టాలమీద ఆధారపడి ఉన్నది. మీకు ఏదీ కోపం తెప్పించదు. విచారం కలిగించదు. ఆ దురదృష్టకర అనుభవానికి మీరు ఎలా స్పందిస్తారు అనేదానిని బట్టి మీరు ఆగ్రహావేశ పూరితులవుతారా, విచారిస్తారా అన్న విషయం ఆధారపడుతుంది.

"ఇఫ్" అనే గేయంలో రడ్ యార్డ్ కిప్లింగ్ "మీ చుట్టూ ఉన్న వారు అందరూ మతులు పోయి మిమ్మల్ని తప్పు పడుతూ ఉన్నపుడు, మీరు నింపాదిగా, స్థిరంగా ఉండగలిగితే ... నువ్వు ఎదిగావు బిడ్డా, నువ్వు ఎదిగావు." అంటారు.

చుట్టూ ఏమి జరుగుతున్నా, వారు తమ సంకల్పశక్తి, క్రమశిక్షణ ప్రయోగించి ప్రశాంతంగా నింపాదిగా ఉంటారు. ఆనందంగా ఉంటూనే ప్రయోజకులైన వ్యక్తుల పద్ధతి అది. ఉత్పాతం జరుగుతున్నాకూడా ప్రశాంతంగా ఉండగలగటం ఉత్తముల లక్షణం.

ఉద్వేగాలు మన దృక్పథాలను వక్రీకరిస్తాయని గుర్తు ఉంచుకోండి. ఏదైనా జరిగినపుడు మీరు ఆగ్రహించి ఎవరినో తప్పుపట్టటం మొదలు పెడితే, మీ ఆలోచనా శక్తి మందగిస్తుంది, నిర్ణయాలుచేసే సామర్థ్యము కొరత పడుతుంది. మీరు మీ ఉద్వేగాలకు బానిస అవుతారు. ఆ ఉరవడిలో కొట్టుకుపోతూ మీరు ఏమి చేస్తారో, ఏమి అంటారో మీకే తెలియదు. ఆ తర్వాత "అయ్యో" అంటారు.

అది మర్చిపోండి

ఒక బాంధవ్యం తెగిపోయింది. అది జరిగికూడా కొన్ని సంవత్సరాలయింది. కాని మీకు ఇంకా ఆ కోపం తగ్గలేదు. అలాగే రగులుతూ ఉన్నది. కాని మీరు "అందుకు నేనే బాధ్యుడిని." అని ఒప్పుకొని, కొంతగాకపోతే కొంత అయినా మీ బాధ్యత ఉన్నదని అందుకు కారణాలు కనుక్కుంటే, తెగిపోయిన ఆ బాంధవ్యం వెనుక మీ నిర్ణయాలు చాలా ఉన్నాయని గ్రహిస్తారు. అవతలివారు చేసినదానికి, చెప్పినదానికి మీరు బాధ్యులు కారు. కాని ఆ బాంధవ్యం మొదలు అయిన నాటినుంచీ తెగిపోయే వరకూ, ఆ తర్వాత ఈనాటివరకూ మీ చేతలకూ, మాటలకూ మీరు పూర్తిగా బాధ్యులు. మీరేమీ అమాయకంగా చూస్తూ కూర్చోలేదు.

ఒక ఉద్యోగం బాగాలేకపోయినా, ఒక వ్యాపారంలో బేరం బెడిసికొట్టినా మీరు కంగారు పడవచ్చు, కలత చెందవచ్చు. కాని అక్కడ బాధ్యత మీదే. తుపాకి చూపి మిమ్మల్ని ఎవరూ బలవంతంగా అందులోకి దించలేదు. మీ అనుభవమూ, వ్యవహారజ్ఞానము, సమాచారము ఆధారంగా మీరు స్వయంగా అందులోకి దిగారు. దురదృష్టవశాతూ అది మీరు ఆశించినట్లు సాగలేదు. ఈ సారి మీరు తెలివిగా, చురుకుగా ఉంటారు. కాని ప్రస్తుతానికి మాత్రం మీరే బాధ్యులు.

రెండు జ్వాలలు

మీరు చేసే ప్రతిఒక్క పనికీ వెనక –సుముఖం కానీయండి, విముఖం కానీయండి – ఒక ఉద్వేగం ఉంటుంది. అదే ఉద్వేగన్యాయం. మీరు ఏ ఉద్వేగాలను గురించి ఆలోచిస్తూ, మాట్లాడుతూ ఉంటారో అవే పెరిగి పెద్దవై మీ జీవితాన్ని కబళిస్తాయి. మీ ఆలోచనలను స్వాహాచేస్తాయి. అది మంచికీ కావచ్చు, చెడుకూ కావచ్చు.

మీ ఎదట రెండు జ్వాలలు జ్వలిస్తున్నాయని ఊహించండి. ఒకటి కోరిక జ్వాల. రెండవది విముఖ ఉద్వేగాల జ్వాల. రెండవది గతసంఘటనలకు మీ దృక్పథం ఆధారంగా జ్వలిస్తుంది.

మీ ఉద్వేగశక్తి ఒక నిరంతర ప్రవాహం. ఉద్వేగ ఇంధనం. ఈ ఇంధనం మీరు ఏ జ్వాలలోనైనా వెయ్యవచ్చు. కాని ఇంధనం అంతా ఒకే జ్వాలలో వేస్తే, రెండవ దాని సంగతి ఏమిటి?

సమాధానం చాలా సరళం. మీ ఉద్వేగాలన్నీ కోరిక జ్వాలలో వేసి, మీకు ఏమికావాలో, దాన్ని ఎలా సాధించాలో అని నిరంతరము ఆలోచిస్తూ ఉంటే, విముఖ ఉద్వేగాలు, అనుభవాలజ్వాల క్రమంగా సమసిపోయి బూడిద అవుతుంది. ఉద్వేగ చికిత్స మూలం ఇదే.

ఇకనుంచి ఏకారణంగానైనా ఏదైనా పొరబాటు జరిగితే, వెంటనే "అందుకు బాధ్యుడిని నేనే." అని చెప్పుకొని విముఖ ఉద్వేగాలు తలెత్తకుండా ఆపండి.

ఇపుడు ఈపని చెయ్యండి

మీ జీవితంలో జరిగిన అతి విముఖ సంఘటన, తలుచుకుంటేనే మీకు విపరీతమైన కోపం కలిగించే సంఘటన, తీసుకోండి. “నేనే బాధ్యుడిని.” అని ధృఢముగాచెప్పుకొని, ఆ విముఖ ఉద్వేగాన్ని తొలగించండి.

అప్పుడు ఆ పరిస్థితి కలగటానికి అందులో మీరు అడుగు పెట్టటానికి మీరు చేసినది, చెయ్యనిది అంతా ఆలోచించండి. మీరు అలా ఆలోచిస్తూ ఉంటే మీ ఉద్వేగాలు చల్లబడుతాయి, మీరు ప్రశాంతత అనుభూతి చెందుతారు, ఆ తర్వాత తరుచుగా మీరు హాయిగా నవ్వుతున్నారని గ్రహిస్తారు.

మొదటిసారి ఈ అభ్యాసం చేపట్టటానికి చాలా ధైర్యసాహసాలు, వ్యక్తిత్వము కావాలి. ఆ తర్వాత అభ్యాసం చేసినకొద్దీ సులువు అవుతుంది.

6

మడుగులో నీరు మార్చండి

మీ మానసిక శక్తులు అపారము, అసాధారణము. మీరు కోరిన సఫలత, ఆనందము తెచ్చిపెట్టటానికి అవి సంసిద్ధంగా ఉన్నాయి. కాని, వాటిని మీరు అరుదుగా ప్రయోగిస్తారు. మీరు ప్రస్తుత స్థితిలో ఇక్కడ ఇలా ఉండటానికికారణం మీ ఆలోచనా విధానమే కారణం అన్నది పరమ సత్యం. ఆ ఆలోచనా విధానం మీ అలవాటుకొద్దీ ఏర్పడింది. మీ ఆలోచనా విధానం మార్చుకుంటే, ఇంటా బయటాకూడా మీ జీవితం మారిపోతుంది.

చాలామంది ఆలోచనలు, అనుభవాలు, జీవితమూ ఒక మురికి గుంటతో పోల్చవచ్చు. అక్కడ నీరు ఎన్నడూ బయటికి పోదు. ఆ మురికినీళ్ళలోపుట్టిపెరిగే క్రిమికీటకాలకు అదిఆలవాలం. స్వచ్ఛమైనఆరోగ్యకరమైన, సుముఖ ఆలోచనలు, భావాలు, సందేశాలు ఇష్టం ఉండవు. ఎప్పుడూ విముఖ ఆలోచనలు చేస్తూ, వాటినే నెమరువేస్తూ జీవితంపట్ల విముఖంగా, ప్రేరణా రహితంగా బతుకుఈడ్చుకుంటూ పోవటమే వారికి తెలిసింది. కాని అది మీకు తగదు.

బాహ్యపరిస్థితులకు అతీతంగా
తమ లోపల ఏదో ఉన్నది
నమ్మటానికి ధైర్యం చేసినవారే
అద్భుతాలు సాధించారు.

– బ్రూస్ బార్టన్

మీ ఆలోచనలు, అనుభూతులు, నమ్మకాలు, పద్ధతులు మార్చుకోవటం సులభం ఏమీ కాదు. నిత్యమూ వ్యాయామం చేస్తే మీరు శారీరకంగా ధృఢగాత్రులవుతారు. అలాగే మిమ్మల్ని మీరు మెరుగు పరుచుకోవటానికి

కృషిచేస్తే, మీరు సుముఖులు, సంతుష్టులు, ఆత్మవిశ్వాసపరులు అవుతారు. ఇందుకు వ్యాయామంలాగానే అభ్యాసం కావాలి. ఉద్దేశపూర్వకంగా మీరుపరిశుద్ధమైన, స్వచ్ఛమైన, స్పష్టమైన, సుముఖమైన, ఆలోచనలు, చిత్రాలు, దృశ్యాలు మనసుకు విందు చెయ్యాలి. అప్పుడు మీరు కలగన్న జీవితం మీకు ప్రత్యక్షమవుతుంది.

కార్యం – కారణం

ప్రతిఒక్క ఫలితానికీ, ప్రభావానికీ వెనక ఒక ప్రత్యేక కారణం ఉంటుంది, అంటుంది కార్యకారణ న్యాయం. యాదృచ్ఛికంగా ఏదీ జరుగదు. ఈనాటి మీ జీవితం మీ పూర్వ ఆలోచనల ఫలితం. అంతకుమించి మరేమీ కాదు.

"ఒక వ్యక్తి ఏది నాటుతారో అదే కోతకు వస్తుంది." అంటుంది బైబుల్ (గాల్. 6:7) లో వపన న్యాయం. బైబుల్ వ్యవసాయశాస్త్ర గ్రంథం ఏమీ కాదు. అది మీ మనసును గురించీ, మీ వ్యక్తిగత వికాసాన్ని గురించీ చెబుతుంది. ఈనాడు మీ జీవితంలో ఏ రంగంలోనైనా సరే మీరు ప్రస్తుతం అనుభవిస్తున్న ఫలితం గతంలో మీరు నాటినదాని ఫలితమే. ఈ న్యాయం చెబుతున్నది అక్షరాలా అదే.

భవిష్యత్తులో మీ పంట భిన్నంగా ఉండాలంటే వర్తమానంలో మీరు భిన్నమైన ఆలోచనలు నాటాలి. మీ బాహ్యప్రపంచం కేవలం మీ ఆలోచనల ప్రతిబింబం మాత్రమే. "చెత్త లోపలికి వెళ్తే , చెత్త మాత్రమే బయటికి వస్తుంది." అంటుంది కంప్యూటర్ లోకం. అయితే "ఇంటా బయటా కూడా మంచి" అన్న సూత్రం కూడా నిజమే.

అదృష్టవశాత్తూ మీ ఆలోచనలమీద మీకు ఆధిపత్యం ఉన్నది. ఆ ఆధిపత్యాన్ని ప్రయోగించి మీరు మీ కప్పలను రాకుమారులు చెయ్యవచ్చు. పూర్తిగా సుముఖులు కావచ్చు.

నిర్దేశనం, భూతపూర్వ నిర్దేశనం

మీ మనసు ఒక అసామాన్యమైన కంప్యూటర్ వంటిది. అమితాశ్చర్యకర అద్భుతాలు సాధించటానికి మీరు దానిని నిర్దేశించవచ్చు. నిరంతరం

స్వచ్ఛమైన, స్పష్టమైన, సుముఖమైన ఆలోచనలు, కోరికలు, లక్ష్యాలు వీందుచేసి మీ మనసును నిర్దేశించవచ్చు, ముందుగానే నిర్దేశించవచ్చు కూడా. అప్పుడు ముఖ్యంగా ఒత్తిడి, కష్టం కలిగిన సమయాలలో మీరు ధైర్యంగా, ఆత్మనిగ్రహంతో ముందడుగు వెయ్యవచ్చు.

"ఆలోచనలే కారణం, సంఘటనలు, పరిస్థితులు కార్యాలు." అన్నది బహుశ కార్యకారణ న్యాయానికి ప్రప్రముఖ ప్రయోగం. కనుకనే మీరు తరుచు దేనిని గురించి ఆలోచిస్తూ ఉంటారో అదే జరుగుతుంది. యద్భావం తద్భవతి.

మీరు ఎప్పుడూ దేనిని గురించి ఆలోచిస్తూ ఉంటారు? ఆనందంగా సుముఖంగా ఉండేవారు వారికి ఏమికావాలో, అది సాధించటం ఎలాగో ఆలోచిస్తూ ఉంటారు. విముఖంగా, విచారంగా ఉండేవారు వారికి అక్కరలేని దానిని గురించీ, ఎవరిని తప్పు పట్టాలా అనీ ఆలోచిస్తూ ఉంటారు. మీకు కావలసిన దానిని గురించి ఆలోచించటం, మీకు సాధ్యమయినంత ఉన్నత స్థాయిలో ఉత్తమకృషిచేసే విధంగా మీ మనసును నిర్దేశించటం మీ లక్ష్యం కావాలి.

నూతన ఆలోచనా సరళి

ఆశాభావం, ఆత్మవిశ్వాసం పెంపొందించుకోవటానికి ముఖ్యంగా మూడుమార్గాలు ఉన్నాయి. అదృష్టవశాత్తూ మీరు ఏ పనైనాసరే పునఃపునః చేస్తూ ఉంటే అదే ఒక కొత్తఅలవాటు అవుతుంది. అదే అలవాటు న్యాయం. మీకు ఉపయోగకారి, సహాయకారి అయినదానిని దేనినయినా సరే ఈ విధంగా అలవాటు చేసుకోవచ్చు.

సుముఖ ఆలోచనా విధానం కొత్తగా అలవర్చుకోవటం కష్టమైన పనే. కాని అది మీ మనసులో నిర్దేశితం అయితే అది స్వయంచాలకమై సులువు అవుతుంది. అందుకే "సులువు కాక మునుపు ప్రతిఒక్కటీ కష్టమే." నన్నారు గోయెథె.

1. దృఢనిశ్చయాల ప్రాబల్యం:

మీ ఆలోచనలకు అనుగుణంగా మీరు రూపొందుతారు. అలాగే తరుచు మీరు మాట్లాడే విషయాలు, మిమ్మల్ని గురించి మీరు చెప్పేవివరాలుకూడా

మీ వ్యక్తిత్వాన్ని రూపుదిద్దుతాయి. కాని మీ మెదడులో ప్రకృతిసహజమైన స్వభావం ఒకటి ఉన్నది. మీకు ఏమికావాలి, అది సాధించటం ఎలా అన్న సుముఖ ఆలోచనలతో మనసు నింపకపోతే, మీ మనసు విముఖ ఆలోచనలతో నిండిపోతుంది. ఆ ఆలోచనలు మిమ్మల్ని ముందడుగు వేయనీయవు.

ధృఢనిశ్చయాలతో మీ శక్తిసంపదలు అపారం. మీరు సుముఖమైన, ఉద్ధరణ పదాలు పునశ్చరణ చేస్తూ ఉంటే, వాటికి స్వతహాగా శక్తి కలుగుతుంది. అప్పుడు మీ నూతన, సుముఖ సందేశాలకు, నిర్దేశాలకూ అనుగుణంగా మీ ఆలోచనలు, అనుభూతులు కొనసాగుతాయి. మీ నూతన సుముఖ భావనలు, పద్ధతులు పాత విముఖ ఆలోచనలను, అనుభవాలను ఎదిరించి రద్దుచేస్తాయి. మీరు బలమైన "మానసిక నిరోధక వ్యవస్థ" పెంపొందించుకుంటారు.

దృఢనిశ్చయాలు మూడు: మీ దృఢనిశ్చయాలు మూడు వకారాలతో మొదలు పెట్టండి. వ్యక్తిగతం, వర్తమానం, వర్ధమానం. వ్యక్తిగతంగా ప్రతి ఒక్క ఆదేశాన్నీ "నేను" అన్న పదంతో మొదలు పెట్టండి. ఉదాహరణకు, "నేను చెయ్యగలను.", లేదా, "నేనంటే నాకు ఇష్టం." "నేను సంవత్సరానికి x డాలర్లు సంపాదిస్తాను."

వర్తమానంలో చెప్పినపుడు మీరు చెప్పిన ప్రతి సంఘటనా వర్తమానంలో అంటే ప్రస్తుతంలో వాస్తవమనీ, జరిగినట్లు చెప్తారు. "నేను 2012 లో x డాలర్లు సంపాదిస్తున్నాను." లేదా "నా బరువు x పౌండ్లు." మీ ఉపచేతన వర్తమాన ఆదేశాలను మాత్రమే అంగీకరిస్తుంది. కనుక ఇప్పుడు పైనచెప్పిన పదాలు మీ ఉపచేతన కంప్యూటర్ స్వీకరించి, అంగీకరించి ఆ మార్గంలో కృషి చెయ్యటం మొదలవుతుంది.

మీ మూడవ వకారం వర్ధమానం చెబుతుంది. మీ ఉపచేతన విముఖ ఆదేశాలు అనుసరించలేదు. "నేను ఇకనుంచి పొగతాగను." అనటానికి బదులు "నేను పొగతాగని వాడిని." అనండి. "నేను ఇకనుంచి కోపగించను." అనటానికి బదులు "నేను శాంతమూర్తిని, ప్రేమమూర్తిని." అనండి.

2. మీరు చూసేది మీరు నమ్ముతారు

మనసును నిర్దేశించటంలో అత్యంతప్రబలమైన మరొక ప్రక్రియ మానసిక చిత్రణం. మీరు ఎటువంటి వ్యక్తిగా రూపొంద దలుచుకున్నారో, మీరు

ఎటువంటి ఫలితాలు సాధించదలిచారో ఎంత స్పష్టంగా మీరు చిత్రీకరించ గలిగితే, ఈ ఆదేశాలు అంతఃప్రగాఢముగా మీ ఉపచేతనలో నాటుకు పోతాయి. అప్పుడు సందర్భానుసారంగా మీ ఆలోచనలు, అనుభూతులు, కార్యాచరణ ముందుకు సాగుతాయి.

మీ ఆలోచనలు సుముఖంగా మారటానికి అనుగుణంగా మీ మానసిక చిత్రణ మూసపొయ్యటానికి నాలుగు కీలక మార్గాలు:

1. **వివరణాత్మకం**: మీ మానస చిత్రాలు ఎంత స్పష్టంగా ఉంటే, మీ లక్ష్యాలు, మీ ప్రవర్తనలు అందుకు తగినట్లు అనులోమానుపాతంలో రూపొందుతాయి. స్పష్టమైన మానసిక చిత్రాలు రచించటం ద్వారా, లేదా అటువంటి చిత్రాలు దర్శించటంద్వారా ఈ చిత్రాలు మీ ఉపచేతనలో ముద్రపడుతాయి. మీ మానసచిత్రణం యదార్థం చెయ్యటానికి మీ ఉపచేతన అందుకు తగిన వ్యక్తులను, వనరులను మీ జీవితంలో ప్రత్యక్షం చేస్తుంది.
2. **తీక్ష్ణత:** మీ మానసచిత్రణకు మీ ఉద్వేగం ఎంత జోడిస్తే మీ ఆలోచనలు, అనుభూతులు, చర్యలు అంత బలవత్తరమవుతాయి. మీ కోరిక నేరవేరినపుడు మీ భావావేశం ఎలా ఉంటుందో అదే భావావేశం ఇప్పుడు మానసచిత్రణలో జోడించాలి. మీ కల నిజమైనపుడు కలిగే ఆనందము, అనుభూతి ఇప్పుడు మానసచిత్రణలో సచేతనంగా జొనిపించాలి.
3. **కాలపరిమితి:** మీరు మానసచిత్రాలను ఎంతకాలం మనసులో పట్టిఉంచగలిగితే, అంత శీఘ్రంగా అవి యదార్ధమవుతాయి.
4. **పౌనః పుణ్యం:** ఈ ఆవృత్తి ఎంత తరుచుగా జరిగితే – మీ ఆదర్శం, లక్ష్యం, జీవితం, ప్రవర్తన, అనుభవం –అంత శీఘ్రంగా మీ కోరిక మీ ఉపచేతనలో ముద్రితం అవుతుంది. అప్పుడు యదార్ధమవుతుంది.

శీఘ్రమైన పూర్వ నిర్దేశనప్రక్రియ – రాబోయే సంఘటనకు సంసిద్ధంగా ఉండటానికి మీరు శీఘ్రమైన పూర్వ నిర్దేశన ప్రక్రియ ప్రయోగించవచ్చు. అందుకు మీరు ఈ నాలుగు పద్ధతులు వరుసక్రమంలో అనుసరించాలి.

ప్రప్రథమంగా మీరు కోరుతున్న దానిని గురించి లేదా రాబోయే

సందర్భంలో మీరు ఎలా ప్రవర్తించ దలచారు అన్న విషయం ఆలోచించండి. వ్యక్తిగతంగా, వర్తమానంలో సుముఖ నిర్దేశం సృష్టించండి. అప్పుడు మీరు అది ధృఢముగా, స్పష్టంగా "ఈ జరుగబోయే ఇంటర్వ్యూలో, ప్రదర్శనలో నేను స్థిమితంగా, సుముఖంగా నిబ్బరంగా ఉంటాను." వంటి స్వగతం చెప్పుకోండి.

మీరు అత్యుత్తమంగా ప్రదర్శన చేసేటపుడు ఎలా ప్రవర్తిస్తారు? మీరు సరిగా అలాగే ప్రవర్తిస్తున్నట్లు ఊహించి ఆ చిత్రం మనసా స్పష్టంగా వీక్షించండి.

మూడవది, మీకు అప్పుడు కలగవలసిన అనుభూతి – స్థిమితంగా, ధైర్యంగా, ఆనందంగా, కులాసాగా - ఇప్పుడు అనుభూతి చెందటానికి ప్రయత్నం చెయ్యండి.

చివరిగా ఈ మూడంచల నిర్దేశాన్ని మీ ఉపచేతనకు అందజెయ్యండి. ఆ సందర్భం వచ్చేవరకూ మీ ఉపచేతన ఆ విషయం మీద సాధనచేస్తూ ఉంటుంది. ఆ సంఘటన, ఆ అనుభవం అక్షరాలా మీరు ఊహించినట్లే జరగటం చూసి మీరు ఆశ్చర్యపోతారు.

3. సందర్భానికి పూర్వమే సంసిద్ధత

ముఖ్యమైన సందర్భం లేదా ఒత్తిడి కలిగించే పరిస్థితికి ముందుగానే నిర్దేశ ప్రక్రియ అభ్యాసం చేస్తే, అసలు సమయం వచ్చినపుడు మానసికంగాను, భావావేశపరంగాను మీరు ఉత్సాహంతో ఉరకలు వేస్తూ ఉంటారు. ఈ నిర్దేశ ప్రక్రియ మీకు అపారమైన ఆత్మవిశ్వాసం, ఆత్మనిగ్రహం ప్రసాదిస్తుంది. మీ ప్రదర్శన ఉత్తమంగా జరుగుతుంది.

రాబోయే సన్నివేశానికి కొన్నిరోజుల వ్యవధి ఉంటే, రాబోయే ఆటలపోటీలకు అభ్యాసం చేసినట్లు ఈ మూడు అంశాల సాధన రోజంతా అభ్యాసం చెయ్యండి. రాత్రి నిద్రపోబోయే ముందు, ఉదయం నిద్రలేచిన వెంటనే ఈ అభ్యాసానికి ఉత్తమ సమయాలు. ఆ సమయంలో మీ ఉపచేతన మీ నిర్దేశం గ్రహించటానికి కుశాగ్రంగా ఉంటుంది.

మీరు ఆశించే ఫలితాన్ని దృఢముగా నొక్కి చెప్పండి. అంతా మీరు ఆశించినట్లే జరుగుతున్నట్లు, సఫలమవుతున్నట్లు, మీకు ఆనందం కలిగిస్తున్నట్లు, మనసా వీక్షించండి. ఆనందించండి.

నిరాకరణ శక్తి

బాల్యంలో అనుభవించిన విమర్శల మూలకంగా, అందరూ తిరస్కరణ భీతితో ఎదుగుతారు. ఎదటివారి– వారు ఎవరైనా కావచ్చు, ముక్కు మొగం తెలియని అపరిచితులు కూడా కావచ్చు – విముఖస్పందన అంటే భయం.

మీ బాల్యంలో మీ అభిమాన పదం "సరే". నాకు మిఠాయి ఇస్తావా? సరే. నాకు ఇంకా కొంచెం ఐస్ క్రీం ఇస్తావా? సరే. నాకు ఈ బొమ్మ కొని ఇస్తావా? సరే. సినిమాకు డబ్బులు ఇస్తావా? సరే. ఆ సరేనన్న పదం అంటే మనకు ఎంతోఅభిమానం. అలాగే "కాదు", "కూడదు" అన్న పదం అంటే మనకు అసహ్యం.

వయోజనులుగా మనం "సరే", "అలాగే" నన్న అనుభవాలకోసం వెతుకు లాడుతాం. "కాదు", "కూడదు" అన్న అనుభవాలను తప్పించుకొని, దూరమవుతాం. కాని జీవితంలో ముందుకు సాగాలంటే, ఎదటివారు "కాదు", "కూడదు" అంటారు అన్న పరిస్థితికి మనం సిద్ధమై ఉండాలి. ఈ "కాదు", "కూడదు" లను తరుచుగా తప్పించుకు తిరుగుతూ ఉంటే అది ఒక అలవాటవుతుంది. సఫలత సాధించి ఆనందం అనుభవించే అవకాశాలు క్షీణిస్తాయి.

తిరస్కరణ సహజం, సామాన్యం

వాణిజ్యంలో, అందులోనూ ముఖ్యంగా క్రయవిక్రయాలలో, తిరస్కరణ చాలా సామాన్యం. ఒక "సరే", "అలాగే' కి ఐదు, పది, ఇరవై "కాదు", "కూడదు" లు ఎదురు కావచ్చు. కనుక ఈ "కాదు", "కూడదు" లకు బెదిరిపోకుండా ఉండటానికి మీరు మీ మనసును తర్ఫీదు చెయ్యాలి. ఆ తిరస్కరణకు భయం వదిలిన మరుక్షణం మీ భవిష్యత్తు ఉజ్వలం అవుతుంది.

సఫలతకు అత్యంత శక్తివంతమైన పదం "అడగటం". మీరు అడిగినకొద్దీ మీకు వస్తూ ఉంటుంది. ఇది ఉద్యోగాలకు, ప్రమోషన్లకు, డేటింగ్ కు, బాంధవ్యాలకు, క్రయవిక్రయాలకు, వ్యాపార అవకాశాలకు వర్తిస్తుంది. అడిగేవారిదే భవిష్యత్తు.

"కాదు", "కూడదు" లను వెంటాడండి, తరమండి.

ఈ "కాదు", "కూడదు" లంటే భయం వదిలించు కోవటం ఎలా? "కాదు", "కూడదు" లకు ధైర్యంగా ఎదిరి నిలవటానికి నిశ్చయించుకోవటమే. ఇప్పటినుంచి ఎవరు ఎన్నిసార్లు "కాదు", "కూడదు" అన్నా మీరు చలించరు. ఈ ఆవిష్కృతి ఇరవైనాలుగు సంవత్సరాల బ్రయాన్ జీవితాన్ని మార్చివేసింది. ఇరవైనాలుగు సంవత్సరాల వయసులో ఆయన కొడుకు జీవితాన్నికూడా పూర్తిగా మార్చివేసింది.

ఇరవై నాలుగేళ్ల బ్రయాన్ కు హైస్కూల్ చదువుకూడా లేదు. ఏ వృత్తిలోను పాటవం పూజ్యం. ఆయనకు ఒకే ఒక ఉద్యోగం దొరికింది. అమ్మితే కమిషన్ వస్తుంది. లేకపోతే లేదు. పగటిపూట ఆఫీసుల దర్శనం. సాయంకాలం వేళ ఇల్లూ, ఎపార్ట్ మెంట్లూ. ఎక్కే గడప, దిగే గడప.

ఉద్యోగం మొదటిరోజు ఆయన భయంతో బిగుసుకు పోయాడు. ఏ తలుపూ తట్టటానికి భయపడి, ఒక బ్లాక్ చుట్టూ అనేక పర్యాయాలు ప్రదక్షిణం చేశాడు. చివరికి గుండె దడదడ లాడుతుండగా తెగించి ధైర్యం కూడగట్టుకుని, ఒక తలుపు దగ్గరికి వెళ్లి తట్టాడు.

ఒక వయసు ఉడిగిన వృద్ధురాలు సౌమ్యంగా తలుపు తెరిచింది. బ్రయాన్ తో సవినయంగా మాట్లాడింది. ఆయన వచ్చి అడిగినందుకు థాంక్స్ చెప్పింది. ఆయనకు శుభం కలగాలని దీవించింది. ఆ బాటన వెనుదిరిగిన మరుక్షణం ఆయన ఒక శపథం చేసుకున్నారు. ఆ క్షణంనుంచీ అపరిచితులను కలుసుకోవటానికి, ఆర్డర్లు అడగటానికి ఆయన ఎంతమాత్రము భయపడరు.

తిరస్కరణ భయం, తలవంపులు

ఆనాటినుంచి ఆయన "కాదు", "కూడదు" అన్న తిరస్కరణకోసం ఆసక్తితో ఎదురు చూసేవాడు. ప్రతి ఒక్క తిరస్కరణ తనలో అధికతర ప్రయత్నాన్ని, ఉత్సాహాన్ని ప్రేరేపించాలని ఆయన నిశ్చయించుకున్నాడు. ఉదయం పనిలోకి బయలుదేరినపుడు ఆ తిరస్కరణ ఎప్పుడు ఎదురవుతుందా అని ఎదురుతెన్నులు చూసేవాడు ఆయన. అది ఎదురుపడగానే ఆయన ఉత్సాహం ఇనుమడించేది, పనిలో విజృంభించేవాడు.

బ్రయాన్ కొడుకులలో ఒకరు కాలేజ్ నుంచి పట్టభద్రులయారు. సఫలత సాధించాలంటే ఎటువంటి ఉద్యోగం కోసం ప్రయత్నించాలి అని తండ్రిని సలహా అడిగాడు. ఒక సంవత్సరంపాటు నిష్ఫలంగా గడపలు ఎక్కి దిగే ఓపిక ఉంటే జీవితంతో కుస్తీ పట్టటానికి సిద్ధం అవుతావని చెప్పారు బ్రయాన్.

కొడుకు తండ్రి సలహా అనుసరించాడు. ఫైబర్ ఆప్టిక్స్ హుక్ అప్స్ అమ్మకాలు ప్రయత్నిస్తూ ఇంటింటికి తిరిగాడు. ఎన్నిసార్లు తిరస్కారాలను ఎదుర్కొన్నాడో లెక్కలేదు. కాని ఒక సంవత్సరం తర్వాత అతను పూర్తిగా మారిపోయాడు. అతని ఆత్మవిశ్వాసం అపారమయింది. అప్పుడు అతను బ్రయాన్ తో “డాడీ ఇపుడు నేను జీవితంలో నెగ్గుకు వస్తానని నాకు తెలుసు. ఒక సంవత్సరంపాటు ఈ తిరస్కరణ రుచిచూసిన తర్వాత నాకు ఇప్పుడు ఎటువంటి భయమూ లేదు!”

మిమ్మల్ని ఆపగల శక్తి ఏదీ లేదని మీకు మీరే పదేపదే చెప్పుకొని తిరస్కరణ భయం నుంచి తప్పుకోవచ్చు. మిమ్మల్ని మీరు ఒక స్తిమితమైన వ్యక్తిగా, ఆత్మవిశ్వాసంతో చిరునవ్వులు చిందించే వ్యక్తిగా దర్శించండి. మీరు కోరే సఫలత ఏమిటో స్పష్టంగా మీకు మీరు చెప్పుకోండి. దానికి తగ్గ ఉద్వేగం మీ అంతరంగంలో సృష్టించండి.

మనసును నిర్దేశించే దృఢనిశ్చయము, మానసిక చిత్రణ, ఉద్వేగ చిత్రణ పునఃపునః చేస్తూ ఉండటంవల్ల మీ మనసు, మీ ఉద్వేగాలు పూర్తిగా మీ అధీనంలోకి వస్తాయి. మీ ఆత్మవిశ్వాసం కొండంత అవుతుంది. మీరు ఒక మహత్తరమైన సుముఖ వ్యక్తి అవుతారు.

ఇప్పుడు ఇది చెయ్యండి

రాబోయే ఒక సంఘటన ఆలోచించండి. ఆ తర్వాత ఏమి జరుగుతుందోనని మీ సందేహము, భయము. ఆ సమయంలో మీరు ఎలా ఉండాలనుకుంటున్నారో, మీరు ఏమి కోరుకుంటున్నారో పూర్తిగా మానసికంగా దర్శించండి. అక్కడ మీరు ఎలాంటి ప్రదర్శన చెయ్యబోతున్నారు? ఫలితం ఎలా ఉండాలి? అంతా సుముఖ దృష్టితో యోచించండి. ఉదాహరణకు “నేను స్థిమితంగా

ఉన్నాను. ఈ ఇంటర్వ్యూలో నేను పూర్తి ఆత్మవిశ్వాసంతో ఉన్నాను. నా ఆలోచనలు, మానసికస్థితి అంతా నా అధీనంలో ఉన్నాయి. నాకు ఈ ఉద్యోగం వచ్చితీరుతుంది."

ఇటువంటి సత్ఫలితం స్పష్టంగా, సవివరంగా ఊహించి చిత్రించి దానినే మీ ఉపచేతన యవనిక మీద పదేపదే దర్శించండి. మీరు ప్రయత్నంచేసిన తర్వాత మొట్టమొదటిసారి కలిగే ఫలితాలు గమనించి మీరు విస్తుపోతారు.

7

కప్పల్లో అందాన్ని చూడండి

జీవితంలో మీకు కలిగే అనుభవాలు మీ అనుభూతులను నిర్ణయించబోవటంలేదు. ఆ అనుభవాలకు మీరు ఎలా స్పందిస్తారు అన్నది మీ అనుభూతులను నిర్ణయిస్తుంది. మీ జీవితంలో కప్పలు ముఖ్యం కాదు, ఆ కప్పలతో మీరు ఎలా వ్యవహరిస్తారనేది ముఖ్యం.

ఇద్దరు వ్యక్తులకు ఒకే అనుభవం ఎదురు కావచ్చు. ఒకరు దానిని అధిగమించి ఆ విషయం మర్చిపోయి జీవితంలో ముందుకు సాగుతారు. రెండవ వ్యక్తి ఆ అనుభవంతో కుంగి పోతారు. కోపంతో, నిరసనతో చిరకాలం విచారంగా కొనసాగుతారు. ఒకే సంఘటన. రెండు విభిన్న ప్రతిస్పందనలు.

> కష్టాలు కలిగేది
> అడ్డుపడటానికి కాదు.
> అవి శిక్షణ ఇవ్వటానికి
> వస్తాయి,
>
> **– బ్రయాన్ ట్రేసీ**

"ఎ కోర్స్ ఇన్ మిరకిల్స్" అన్న తమ రచనలో హెలెన్ శుమన్, విలియం తేట ఫోర్డ్ "మీరు చూసిన ప్రతిదానికీ వ్యాఖ్యాతలు మీరే." అంటారు. అంటే ఆ వస్తువులో, ఆ సంఘటనలో ఒక ఉద్వేగము, విముఖత్వం, సుముఖత్వం అంటూ ఏమీ ఉండదు. అది మీ ఆలోచనవల్ల మీలో కలిగిన ఉద్వేగమే.

నిర్ణయం

మీ గతాన్ని మరొక దృష్టితో గమనించండి. అప్పుడు గతంలోని మీరు చేదు అనుభవాలనుంచి విడుదల పొంది విముఖత్వంలోనుంచి సుముఖత్వంలోకి అడుగు పెడుతారు. మీరు ప్రత్యామ్నాయ న్యాయం అభ్యసించి, విముఖ ఆలోచన స్థానంలో సుముఖ ఆలోచన స్థాపించిన మరుక్షణం మీ ఉద్వేగాలు మారిపోతాయి.

ఆధ్యాత్మిక రచయిత వెన్ డయర్ ఒకసారి "ఆనందదాయకమైన బాల్యం ఎప్పుడైనా దర్శించవచ్చు." అన్నారు. బాల్యంలో మీకు ఎదురయిన చేదుఅనుభవాలకు ఆనాటి మీ భాష్యం సమీక్షించితే వాటిని చెడువాటిని మంచివిగా, నీరసపరిచి కుంగదీసేవాటిని, ఉత్తేజపరిచి ప్రోత్సహించేవిగా దర్శిస్తారు. అప్పుడు మీ బాల్యం మీకు పూర్తిగా దివ్యనవ్య రీతులలో సుముఖంగా దర్శనం ఇస్తుంది.

ఆనందమయ బాల్యం

ఈ విశాలవిశ్వంలో దూరాన ఎక్కడో మీ పుటకలకు చాలాకాలం పూర్వం మీరు ఒక ఆత్మ అని ఊహించండి. అప్పుడు ఈ భూమి మీద వెతికి మీకు నచ్చిన తల్లిదండ్రులను ఎన్నుకున్నారు. ఆ కుటుంబంలో పెరిగే బిడ్డ కష్టసుఖాలు అన్నీ మీరు అనుభవించి చవి చూడాలనుకున్నారు. అందుకే ఏరికోరి ఆ తల్లిదండ్రులను ఎంచుకున్నారు. ఆ అనుభవాలతోనే మీరు నేర్చుకొని, ఎదిగి మేలైన వ్యక్తిగా పరిణతి చెందటం సాధ్యమయింది.

ఈ భావం జీర్ణించుకొని మీరు మీ బాల్యానుభావాలను వెనుదిరిగి చూస్తే మీ బాల్యం మరోవిధంగా దర్శన మిస్తుంది. ఎదుగుతున్న సమయంలో మీకు ఎదురయిన ప్రతిఒక్క సమస్య, లేదా కష్టము మీకు నేర్పిన పాఠాలు గుర్తించుతారు. మీ కుటుంబాన్ని మీరే ఎన్నుకున్నారని ఒప్పుకుంటే, పూర్వం విముఖంగా, బాధాకరంగా తోచిన అనుభవాలన్నిటినీ మీరే ఇప్పుడు సుముఖంగాను, ప్రబోధకంగాను వ్యాఖ్యానిస్తారు.

మీమీద మీ తల్లిదండ్రుల ప్రభావం ఆలోచించండి. మీ తల్లిదండ్రుల పెంపకం మీలో శక్తిసామర్థ్యాలను ఎలా పెంపొందిమ్పింది, మీలోని ఉత్తమ గుణాలను ఎలా వెలికి తెచ్చిందో ఆలోచించి గుర్తించ గలరా?

సణుగుడు, గొణుగుడు

తాము ఎదుగుతున్న వయసులో తమ తల్లిదండ్రులు ఏమిచేశారో, చెయ్యలేదో ఏకరువు పెడుతూ జనం దశాబ్దాల తరబడి సణుగుతూనే ఉంటారు. ఉదాహరణకు, ముప్ఫయి ఏళ్ల వయసులో బ్రయన్ ఒక యువతితో ప్రేమాయణం జరుపుతున్నారు. ఒక సాయంత్రం ఆమెతో కలిసి డిన్నర్ కు వెళ్ళారు. భోజన సమయంలో ఆయన తన తండ్రిని గురించి చెప్పసాగారు. తను ఎదుగుతున్న సమయంలో తన తండ్రి ఎంత నిర్దయగా, ఎంత విమర్శనాత్మకంగా ఉండేవారో చెబుతున్నారు.

ఆ యువతి తెలివిగా ఆయన చెప్పేదంతా కొంతసేపు ఓపికగా విన్నది. అప్పుడు, "బ్రయాన్, నువ్వు బతికి ఉన్నందుకు సంతోషంగా ఉన్నదా?" అని అడిగింది.

ఆయన, "తప్పకుండా! జీవితం నేను నిజంగా ఆనందిస్తున్నాను." అన్నాడు.

ఆమె "నిన్ను ఇక్కడికి చేర్చింది మీ నాన్నే కదా! కనుక ఇక సణుగుడు ఆపు." అన్నది.

బ్రయాన్ ఒక క్షణం నివ్వెరపోయాడు. మరుక్షణం ఆమె అన్నమాట నిజమేనని గ్రహించాడు. ఆనాటినుంచి ఆయన తన బాల్యాన్ని గురించీ, తన తండ్రిని గురించీ మరి ఎన్నడూ సణగలేదు. తను బతికి ఉన్నందుకే ఆనందంగా ఉన్నాడు. మరి తనను ఈ ప్రపంచంలోకి తీసుకువచ్చిన వారిని నిందించటం, విమర్శించటం భావ్యమా?

మీరు కూడా ఆ పని చెయ్యవచ్చు. మీ తల్లిదండ్రులు ఏమి చేసినా, చెయ్యక పోయినా మిమ్మల్ని ఇక్కడిదాకా తీసుకు వచ్చారు. వారు మీకు మీ మహోన్నత పురస్కారం – మీ జీవితం – ఇచ్చారు. అందుకు మీరు వారికి సదా కృతజ్ఞులుగా ఉండవచ్చు.

ఘనశక్తి

ఈ విశాల విశ్వంలో ఒక ఘనమైన శక్తి ఉన్నది. ఆ శక్తికి మీరంటే ఎనలేని ఆప్యాయత. ఆ శక్తి మీకు సర్వదా మహోత్తమ శుభాలే కలగాలని కోరుతుంది.

మీరు ఆనందంగా, ఆరోగ్యంగా, సంతృప్తిగా ఉండాలని ఆ శక్తి అభిలాష. మీరు నిత్య నూతనంగా వర్ధిల్లాలని, సఫలత సాధించాలని ఆ శక్తి అభిమతం.

మీరు ఆనందం, సంతోషం, సఫలతలలో ఉన్నత శిఖరాలు అధిరోధించాలంటే మీరు కొన్ని పాఠాలు నేర్చుకోవాలనికూడా ఆ శక్తికి తెలుసు. మీది వక్రప్రకృతి అనికూడా ఆ శక్తికి తెలుసు. ఆ పాఠం మీవీపు సాపుచెయ్యకపోతే మీరు నేర్చుకోరని కూడా ఆ శక్తికి తెలుసు.

చదివి, చూసి, ఇతరుల అనుభవాలు చూసి మీరు ప్రగాఢముగా నేర్చుకోలేరు. మీరు ఆ బాధ శారీరకంగా, ఉద్వేగభరితంగా, ఆర్థికంగా అనుభవిస్తేనే నేర్చుకుంటారు.

జనం ఆరోగ్యమే ఇందుకు పరిపూర్ణమైన ఉదాహరణ. జనం మరో ఆలోచన లేకుండా రుచించిన తిండి తింటూనే ఉంటారు. వ్యాయామం అంటే మాత్రం సరిపడదు. శారీరకంగా ఏదో ఒక అనారోగ్యం, వ్యాధి వస్తేనే తప్ప వారు ఆరోగ్యకరమైన అలవాట్లను– పోషకాహారం తినటము, శరీరానికి వ్యాయామం – గురించి ఆలోచించరు.

నేర్చుకోవలసిన పాఠాలు

మీమేలు కోసం మీకు నేర్పటానికి, శిక్షణ గరపటానికి, మీ ఔన్నత్యానికి దారిచూపటానికి ఈ ఘనశక్తి మీకు పాఠాలు పంపుతూ ఉంటుంది. మీరు శ్రద్ధగా విని నేర్చుకోవటానికి ప్రతిఒక్క పాఠంలోనూ బాధ జోడించి ఉంటుంది.

నెపోలియన్ హిల్ ఒకసారి "మీకు ఎదురయ్యే ప్రతి ఒక్క సమస్యలోను, కష్టంలోనూ అంతకు మించిన అనుకూలత, ప్రయోజనం ఇమిడి ఉంటాయి." అన్నారు. ఆ అనుకూలత, ప్రయోజనాలమీద మనసు ఏకాగ్రం చేసి, మీకు కోపం తెప్పించి, విచారం కలిగించే అంశాలు పట్టించుకోకుండా ఉండటం మీ కర్తవ్యం.

జీవితంలో మీకు ఎదురయిన అతిపెద్ద వైఫల్యాలు ఆలోచించండి. వాటిలో ఒక్కొకదానినుంచి మీరు నేర్చుకున్న పాఠాలు ఏమిటి? మీ నిర్ణయాలు, ఎంపికలు మెరుగుదిద్దటంలో ఈ పాఠాలు ఏవిధంగా తోడ్పడ్డాయి? ముఖ్యంగా మీరు నేర్చుకున్న దానివల్ల మీకు కలిగిన ప్రయోజనం ఏమిటి?

మీ సమస్యలు నేడే ఆలోచించండి

ఇప్పుడు, మీ జీవితంలో ఉన్న సమస్యలన్నీ నేడే ఆలోచించండి. మీ సమస్యలన్నీ డిన్నర్ ప్లేట్ల లాగా ఒకదానిమీద మరొకటి ఒక దొంతర పెట్టి ఉన్నాయి. అన్నిటికంటే చిన్న సమస్య అట్ట అడుగున ఉన్నది, అన్నిటికంటే పెద్ద సమస్య అన్నిటికంటే పైన ఉన్నది.

ఇప్పుడు ఈ పెద్ద సమస్యలో ఒక పురస్కారం ఉన్నది. అది ఒక గుణపాఠం రూపంలో ఉన్నది. భవిష్యత్తులో మీరు సఫలత సాధించాలంటే ఈ పాఠం నేర్చుకోవాలి. ఆ పాఠం ఏమిటి?

కప్పలను రాకుమారులుగా మార్చటానికి, అంటే విముఖతను సుముఖతగా మార్చటానికి ప్రబలమైన మార్గం – మీకు ఎదురయిన ప్రతిఒక్క సమస్యలో లేదా కష్టంలో దాగిఉన్న విలువైన పాఠం ఏమిటి అని శోధించటమే. మీరు ప్రతి ఒక్క సమస్యనూ, ఎదురుదెబ్బనూ నిశితంగా పరిశీలిస్తే, కనీసం ఒక గుణపాఠం కొన్నిసార్లు ఒకటికి మించికూడా గమనిస్తారు. ఏమ్మేట్ ఫాక్స్ ఒకసారి, "ఉత్తమ వ్యక్తులు చిరుసమస్యలనుంచి గొప్ప పాఠాలు నేర్చుకుంటారు." అన్నారు.

కొత్తసాహసాలు, సరికొత్త సవాళ్లు ఎదుర్కునే సమయంలోకూడా మీరు ఈ భావన ప్రయోగించవచ్చు. కొత్త ప్రయత్నం ఏదైనా చేపట్టినపుడు కొంత భయము, కొంత ఆదుర్దా మనసులో దాగి ఉంటాయి. ఒకసారి క్రిస్టినా ఒక కమిటీ అధిపతిగా ఉండవలసి వచ్చింది. ఆ కమిటీ ఆమెకు చాలా అభిమానమైన ఒక విషయం చేపట్టింది. ఆ బాధ్యత చేపట్టాలని ఆమె మనసారా కోరుతున్నది. కాని ఆ విషయంలో ప్రసంగాలు చెయ్యవలసి వస్తుందని తెలిసి ఆమె గాభరాపడి పోయింది. ఆమె ఆప్తమిత్రులు ఒకరు ఆ ప్రసంగాలవల్ల, ఆమె అరుదైన అనుభవం సంపాదిస్తుందని, భవిష్యత్తుకు ఉపయోగపడే అరుదైన పాటవాలు వికసిస్తాయనీ చెప్పి క్రిస్టినాను ప్రోత్సహించారు. ఈ సలహాతో భయాలు, వైఫల్యాలను గురించి క్రిస్టినాదృక్పథం మారిపోయింది. ఆ సవాలు ఎదుర్కోవటానికి తగిన ప్రోత్సాహం ఆమెకు లభించింది.

మీరు నేర్చుకోవలసిన పాఠం

ఈరోజు మీ అతిపెద్ద సమస్యను గురించి ఆలోచిస్తున్నారు. అందులో మరొక వ్యక్తి ప్రమేయంకూడా ఉన్నది. "ఈ సమస్యవల్ల, సంకటంనుంచి నేను నేర్చుకోదగిన పాఠంఏమిటి?" అని మిమ్మల్ని మీరు ప్రశ్నించుకోండి. మీ మొదటి సమాధానం గాలివాటంగా, సరళంగా ఉండవచ్చు. "ఇది కొంచెం తక్కువ, అది కొంచెం ఎక్కువ చేస్తే చాలునేమో." అని మీ స్పందన కావచ్చు.

అసలైన ప్రశ్న ఇప్పుడు వస్తుంది. మీరు మళ్ళీ "ఈ పరిస్థితిలో నేను ఇంకా ఏమి నేర్చుకోవచ్చు?" అని ప్రశ్నిస్తారు. ఈ ప్రశ్న మిమ్మల్ని మరికొంత గాఢముగా ఆలోచింప జేస్తుంది. ఇప్పుడు ఆ పాఠం ముఖ్యము, విశేషము అవుతుంది. మీరు చేసేదానికి భిన్నంగా ఏదైనా చెయ్యవలసి వస్తుంది. లేదా చేస్తున్నపని ఏదైనా పూర్తిగా అపవలసి రావచ్చు.

మీరు మరొకసారి, "నేను ఇంకా ఏమి నేర్చుకోవాలి?" అని మళ్ళీ అడుగుతారు. ఇప్పుడు మీరు మరికొంత లోతుగా ఆలోచిస్తారు. ఈ ప్రశ్న మీరు అడుగుతూ ఉంటే మీకు సమయోచితమైన పాఠాలు, కఠినమైన పాఠాలు ఇంకా ఇంకా దర్శనమిస్తాయి.

ఈ బృహత్ సమస్యతో మీరు చాలాసేపు కుస్తీ పడుతూ ఉంటే, మీరు నేర్చుకోవలసిన అసలు పాఠం చేరుకుంటారు. ఆ పాఠం ఈ పరిస్థితి మార్చాలని, లేదా అందులోనుంచి బయట పడాలని, లేదా ఈ పరిస్థితి రూపుమాపాలని, అవుతుంది.

సాధారణంగా మనం చేసినపనే పదేపదే చేస్తూ ఉంటాం. అదే దృశ్యం ప్రత్యక్షమవుతూ ఉంటుంది. మన ఉద్యోగం ఏదైనా, సమస్యలు అవే ఉంటాయి. మన బాంధవ్యాలలో– భాగస్వాములు మారినా కూడా – కూడా అవే సమస్యలు తలెత్తుతూ ఉంటాయి. మీరు గాఢముగా ఆలోచించి ఈ మూసలు గమనించితే తప్ప మోక్షం లేదు.

మానసిక చికిత్సలో ప్రముఖ లక్ష్యం ఇదే. జనం ఈ నమూనాలు గుర్తించాలి. అప్పుడు ఈ నమూనాలు యాంత్రికంగా పునరావృతం చేస్తూ వారు సాధిస్తున్నది ఏమిటో గ్రహించాలి. ఉదాహరణకు, బాల్యంలో మనకు ఒక విముఖ అనుభవం కలిగి ఉండవచ్చు. ఆ అనుభవంలో కొంతగానో పూర్తిగానో

పరిష్కారం కాలేదు. ఆ అనుభవం మన మనసులలో ఇంకా అంటిపెట్టుకొనే ఉన్నది. అందులో ఉన్న పాఠం మనం నేర్చుకోలేదు. ఆ అనుభవం పునరావృతం చెయ్యటానికి మనం ఉపచేతనలో పరిస్థితులు నెలకొల్పుతాం. అప్పుడు చివర్లో మనం నేర్చుకోవలసిన పాఠం నేర్చుకుంటాం.

మీ అహం అదుపు చెయ్యండి

ఆ విచారకరమైన పరిస్థితిలో దాగిఉన్న పాఠం మీరు గ్రహించే క్షణంలో మీ అహం అడ్డుపడుతుంది. అప్పుడు మీరు మళ్ళీ మొగం చాటు చేస్తారు. ఆ పరిస్థితి మెరుగు పడుతుందనో, లేదా మాయమవుతుందనో ఆశిస్తూ దానిని తిరస్కరిస్తూ ఉంటారు. అది ఎన్నటికీ జరిగేపని కాదని మీకు మీ మనసులో తెలుసు.

కాని, ఆ పరిస్థితి యదార్థం అంగీకరించి ధైర్యం చేసి దానిని ముఖాముఖి ఎదిరి నిలిచినపుడు, దానికి అనుగుణమైన చర్య చేపట్టినపుడు ఒక అద్భుతం జరుగుతుంది. మీ ఒత్తిడి అంతా మటుమాయం అవుతుంది. మీరు స్థిమితపడి పూర్తిగా సడలుతారు. మీరు ప్రశాంతచిత్తులై ఆనందంగా ఉంటారు.

మీరు నిజంతో ముఖాముఖి అయినపుడు – మీరు నేర్చుకోవలసిన అసలు పాఠం –సమస్య పరిష్కారం అవుతుంది. మీరు అడుగువెయ్యక మునుపే పరిష్కార మవుతుంది.

పదజాలం మార్చండి

జరుగరానిది ఏదైనా జరిగినపుడు, మీ పదజాలం మార్చండి. ఆ సమయంలో మీ మనసు విముఖత్వంనుంచి సుముఖత్వంలోకి మారటానికి ఇది అత్యంత శీఘ్రమార్గం. ఉదాహరణకు,"సమస్య" అన్న పదానికి బదులు "పరిస్థితి" అన్న పదం ఉపయోగించండి.

"సమస్య" అన్నది విముఖమైన పదం. అది విన్నవెంటనే నష్టం, ఆలస్యం, అసౌకర్యం వంటి దృశ్యాలు కళ్ళముందు మెదులుతాయి. అయితే "పరిస్థితి" అన్న పదం తటస్థమైన పదం. "ఇక్కడ ఒక ఆసక్తికరమైన పరిస్థితి ఏర్పడింది." అన్నపుడు, దాని వెంటవచ్చే విముఖ భావన ఏమీ

లేదు. అందువల్ల మీరు ప్రశాంతంగా ఉంటారు. ఆ పరిస్థితి చక్కదిద్దటానికి సమర్ధులవుతారు.

"సవాలు' అన్నది అంతకంటే మెరుగైన పదం. ఒక క్లిష్టసమస్య ఏర్పడినపుడు, దానిని ఒక సమస్యగానో, మీమీదనో మీ వ్యాపారం మీదనో ఒక దాడిగా ఎంచి ప్రతిస్పందించే బదులు "ఇక్కడ మనకు ఒక మంచి ఆసక్తి కరమైన సవాలు ఎదురయింది." అనండి.

సవాలు అనేసరికి మీలోని సింహం జూలు విదిలిస్తుంది. మీ శక్తిసామర్ధ్యాలకు నీరు పోస్తుంది. సుముఖత్వంతో మీకు తోడ్పడుతుంది. సవాలు అంటే మనం ఆత్రుతతో ఎదురుచూస్తాం. అవి మనం తలచిన దానిని మించి సాధించటానికి ప్రేరేపిస్తాయి. అవి సాధించిన తర్వాత మన ధైర్యసాహసాలు మిక్కుట మవుతాయి.

సమస్యను వర్ణించటానికి "అవకాశం" అన్నిటికంటే ఉత్తమమైన పదం. సమస్యలు, కష్టాలను గురించి ఆలోచించటానికి బదులు ఇకనుంచి మీ జీవితంలో ఎదురయ్యే ఆకస్మిక ప్రతిఘాతాలను సవాళ్లుగా, అవకాశాలుగా చూడండి. అదే పంథాలో మాట్లాడండి. అవకాశం అంటే మనం అందరమూ ఆత్రుతతో ఎదురు చూస్తాం. ఈ కొత్త పదజాలం ప్రయోగిస్తే, ఎన్నెన్ని ఘనమైన అవకాశాలు మొదట సమస్యలుగా, కష్టాలుగా దర్శనమిస్తాయో గమనించి నివ్వెర పోతారు.

సమస్యలు అనివార్యం, అపరిహార్యం

మీ జీవితం అంతా అన్నిరకాల సమస్యలు, కష్టాలు, సవాళ్ళతో ఎడతెగని సమరం. అవి సముద్రంలో అలలలాగా నిరంతరం వస్తూనే ఉంటాయి.

అప్పుడప్పుడు సంభవించే సంక్షోభమే అంతంలేని ఈ సమస్యా వాహినికి అంతరాయం. మీరు క్రియాశీలమైన జీవనం కొనసాగిస్తూ ఉంటే, మీకు రెండు మూడు నెలలకు ఒకసారి ఏదో ఒక సంక్షోభం కలుగుతూ ఉంటుంది. అది శారీరకం కావచ్చు, ఆర్థికం కావచ్చు, కుటుంబ సంక్షోభం కావచ్చు, వ్యక్తిగత సంక్షోభం కావచ్చు.

అది పిలవకుండానే వస్తుందని సంక్షోభం పేరులోనే ఉన్నది. అది వస్తుందని, రాబోతున్నదని మీరు ఎదురు చూస్తూ కూర్చున్న ప్రతిఘాతం

కాదు. అందుకు మీరు సిద్ధంగా లేరు. అప్పుడు "ఆ సంక్షోభాన్ని ఎదుర్కోవటం ఎలా? సమర్ధవంతంగానా, అసమర్ధవంతంగానా?" అన్నదే ప్రశ్న.

ప్రతి ఒక్కరికీ రెండు మూడు నెలలకొకసారి సంక్షోభం ఏర్పడుతుంది. అంటే, మీరు ఈ పుస్తకం చదువుతూ ఉండగా ప్రస్తుతం మీరు సంక్షోభంలో ఉన్నారు, మీరు సంక్షోభంలోనుంచి ఇప్పుడే బయట పడ్డారు, లేదా సంక్షోభంలో పడబోతున్నారు. ఆ సంక్షోభం కలిగినపుడు, గట్టిగా ఊపిరిపీల్చి, స్థిమితంగా ఉండి, అందులో ఉన్న విలువైన గుణపాఠం గ్రహించి, ఆ సంక్షోభం ఉధృతం తగ్గించటానికి, తొలిగించటానికి తగిన చర్య చేపట్టాలి.

వెలుగు చూడండి

మీకు ఏమి కావాలో, మీ గమ్యం ఏమిటో ఆలోచించినకొద్దీ మీరు సుముఖులై ఆశావాదులవుతారు. ఆశావాదం అంటే మీరు సమస్యలను, కష్టాలను పట్టించుకోరని అర్ధం కాదు. మీరు వాటిని సుముఖంగా, నిర్మాణాత్మక దృష్టితో సమీపిస్తారు.

మీ ఆలోచనా విధానం మార్చుకోవటమంటే, జీవితంలో మీకు ఏ కారణంగానైనా విచారం కలిగించే పరిస్థితి ఎదురయితే, దానిని సుముఖదృష్టితో పరికించండి. మబ్బులో మెరుపుతీగలు చూడండి. ఎమర్సన్ చెప్పినట్లు "అంతా చిమ్మచీకటిగా ఉన్నపుడు, ధీరులు తారలు చూస్తారు."

నిరాధార ఆలోచన

చాలామంది నిరంతరమూ ఆదుర్దాతో, చింతలతో బాధపడుతూ ఉంటారు. ఈ ప్రవర్తన తరుచూ తలిదండ్రులనుంచి సంక్రమిస్తుంది. ఎందుకంటే వారుకూడా చింతించేవారై ఉంటారు. ఇక్కడ విశేషమేమిటంటే మనం చింతించే వాటిలో 99 శాతం ఎన్నడూ జరుగవు, జరుగబోవు. నిజానికి మనం ఎన్నడూ ఊహించని విషయాలే మనకు ఎక్కడలేని చింతనూ తెచ్చి పెడుతూ ఉంటాయి.

ఈ చింతను, విముఖ అనుభూతులను వదిలించుకోవటానికి "శూన్యాధార" ఆలోచన చాలా ప్రభావశీలి. ఇది జీవితంలో ప్రతి ఒక్క రంగంలోనూ అభ్యాసం చెయ్యవచ్చు."ఇపుడు ఇది తెలిసిన తర్వాత, నేను

చేయబోవని పని, ఇప్పుడు ఏదైనా చేస్తున్నానా?" అని మిమ్మల్ని మీరే ప్రశ్నించుకోండి.

ఇప్పుడు విషయం తెలుసుకున్న తర్వాత, మీరు తప్పు చేశారని ఒప్పుకోవటానికీ, మనసు మార్చుకున్నారనటానికీ, మళ్ళీ ఇటువంటి పరిస్థితిలోకి ఇక ఎన్నడూ అడుగు పెట్టరని శపథం చెయ్యటానికీ చాలా ధైర్యమూ, స్థైర్యమూ కావాలి.

ఏదైనాసరే ఒకసారి ఒప్పుకున్న తర్వాత ఏది ఏమైనాసరే అది పూర్తి చెయ్యాలి అనేది కొందరి మతం. కాని ఎమర్సన్ చెప్పినట్లు "మూర్ఖపు పట్టుదల అల్పమనస్కులను పట్టిన పిశాచం." మీ నిర్ణయం సరికాదని ఒప్పుకోవటం బలహీనత కాదు. అది మీ స్థైర్యం. పరిస్థితులు మారుతాయి. కొత్త సమాచారం వస్తూ ఉంటుంది. తదనుగుణంగా మనం మారటానికి సిద్ధంగా ఉండాలి.

అదే పరిస్థితిలోకి మళ్ళీ అడుగు పెట్టకూడదని నిర్ణయించుకున్న తర్వాత, "ఇక్కడి నుంచి బయటపడటం ఎలా? ఎంత త్వరగా వీలవుతుంది?" అన్నది తర్వాతి ప్రశ్న.

ఒక సమస్య పరిష్కరించటానికి, ఒక దుస్థితినుంచి బయటపడటానికి నిశ్చయించుకున్న మరుక్షణం మీ ఒత్తిడి మాయం అవుతుంది. ఆ పరిస్థితిలో ఎటూ నిర్ణయించలేక, ఏమీ చేయకపోవటమే ఆ ఒత్తిడికి మూలకారణం. ఒకసారి మీ కర్తవ్యం స్పష్టమైన తర్వాత మీరు అపారమైన ఉపశమనం అనుభూతి చెందుతారు.

సుముఖ ఆలోచన

మీ మనసు అసామాన్యం. మిమ్మల్ని ఆనందసాగరంలో ఓలలాడించ గలదు, దుఃఖసాగరంలో ముంచివేయనూ గలదు. దానిని మీరు ఎలా వినియోగిస్తారు అన్న దానినిబట్టి ఉంటుంది. "ప్యారడైజ్ లాస్ట్" లో జాన్ మిల్టన్ చెప్పినట్లు, "మనసు సర్వ స్వతంత్రం. అది నరకాన్ని స్వర్గంగాను, స్వర్గాన్ని నరకంగాను మార్చగలదు."

మీరు ఎవరు? మీకు ఏమి కావలి? మీ గమ్యం ఏమిటి? ఈ ప్రశ్నలకు సమాధానాలు మీ మనసులోనే ఉన్నాయి. కనుక అద్భుతమైన మీ మనసుకు సుముఖంగా, ప్రయోజనకరంగా ఆలోచించటం తర్ఫీదు ఇవ్వండి.

ఈ క్షణంనుంచీ పరిస్థితులను విముఖాత్మకంగా వ్యాఖ్యానించటం ఆపండి. వాటిలో మంచిని చూడండి. ప్రతి ఒక్క ఎదురుదెబ్బలోను, కష్టంలోనూ దాగిఉన్న పాఠం ఏమిటో తరచి చూడండి. ప్రతి ఒక్క సమస్యను, ఒక సవాలుగా, ఒక అవకాశంగా చేపట్టండి. అన్నిటికంటే ముఖ్యంగా, మీ లక్ష్యాలదిశగా కృషిచేసి, వాటిని సాధించటంలో నిమగ్నులు అవండి. అప్పుడు మీకు దిగులు పడటానికీ, చింతించటానికీ వ్యవధి ఉండదు.

అన్వేషణ, ప్రాప్తి

అమెరికాలో స్వశక్తితో ఎదిగిన సగటు మిలియనీర్ ను తీసుకోండి. సంపన్నులు కాకమునుపు వారు రెండు మూడు సార్లు వారు దివాలా తీసినంతపని అయింది. కాని ఆ తప్పులనుంచి వారు నేర్చుకున్నదే వారు మిలియనీర్లు కావటానికి వెనక ఉన్న రహస్యం. ప్రారంభదశలో చతికిల పడకపోయి ఉంటే, ఆ తర్వాత అభివృద్ధి చెందటానికి తగిన జ్ఞానము, వివేచనా వారికి లభించి ఉండేవి కావు. వారి దివాలా హృదయవిదారకమే. కాని అందులోనే భావి ఐశ్వర్యమ్ దాగిఉన్నది.

చాలామంది వైవాహికబంధం దుస్తరంగా ఉంటుంది. చివరికి ఆగ్రహం, ద్వేషం, విషమ అనుభూతులతో అంతమవుతుంది. ఆ తర్వాత వారి ఆదర్శ భాగస్వామిని కలుస్తారు. జీవితంలో స్థిరపడుతారు. జీవితాంతము ఆనందంగా గడుపుతారు.

ఆనందమయమైన వైవాహిక జీవితం గడుపుతున్నవారు వెనుదిరిగి చూస్తే, తమకు మొదట్లో కలిగిన చేదుఅనుభవాలు జీవితంలో అత్యావశ్యకం అని గ్రహిస్తారు. వాటివల్లనే తర్వాత ఎదురయిన సద్బాంధవ్యాలను గుర్తించ గలిగారని వారి నిశ్చయం. దుస్తరమైన ఆ తొలి బాంధవ్యంలోనే కొనసాగి ఉంటే తమ జీవితం నెలలకొద్దీ, సంవత్సరాలకొద్దీ దిక్కుమాలిన జీవితం అయ్యేదని వారి భావన.

వ్యధ, నొప్పి

మనషులు వ్యధతోనే నేర్చుకుంటారనిపిస్తుంది. నొప్పి అన్నది అనివార్యము, అపరిహార్యము. ఇక్కడ దురదృష్టం ఏమిటంటే మనుషులు బాధ

అనుభవించినపుడు, అందులో ఉన్న పాఠం గుర్తించలేక పోతున్నారు. ఆ కారణంగా వారు చేసిన తప్పులే మళ్ళీ మళ్ళీ చేస్తూ ఉంటారు.

ముఖ్యంగా జనం ఆరోగ్యం విషయంలో ఇది నిత్యసత్యం. ఏదో ఒక జబ్బు, దీర్ఘకాలిక బాధ కలిగినదాకా వారు తమ ఆరోగ్యం విషయమై ఆలోచించరు. అందుకు తగిన సమయము వెచ్చించరు, ప్రయత్నమూ, శ్రమ చెయ్యరు.

మార్పు అన్నది అనివార్యము, తథ్యము. ఏదైనా విపరీతం జరిగినపుడు, "ప్రతి ఒక్క మార్పులోనూ ఒక దేవదూత దర్శనం అవుతుంది." అని లేదా "ప్రతి సంఘటన వెనకా ఒక కారణం ఉండి తీరుతుంది." అని చెప్పుకొని మీకు కలిగే అనుభూతులకు ఉపశమనం కలిగించవచ్చు. ఆ మార్పు ఒక వరంగా స్వీకరించండి. అందులో దాగిఉన్న భావాలు, ఆంతర్యాలు, ప్రయోజనాలు గమనించండి. వాటిని ప్రయోగించి మీ భావి జీవితాన్ని అద్భుతంగా మలుచుకోవచ్చు.

తిరస్కరణ, అంగీకారం

తిరస్కరణ, అది ఎటువంటిదైనా కానీయండి, ఒత్తిడికి, విముఖత్వానికీ, చివరకు కుంగదీయటానికి కూడా అదే మూలం. ఈ తిరస్కరణకు విపర్యయమే అంగీకారం. మీ జీవితంలో ఒక మార్పు కలిగిందని అంగీకరించి ముందుకు సాగటం ముఖ్యం.

జరిగినదానిని మార్చలేమని అంగీకరించటమే సఫలతకు ఘనమైన నియమం. జరిగింది వాస్తవం అని అంగీకరిస్తే, మీరు మిమ్మల్ని, మీ ఉద్వేగాలను అదుపు చెయ్యగలుగుతారు. ఆ తర్వాత మరొక మేలైన లక్ష్యానికి, ఉన్నతమైన లక్ష్యానికి కదులుతారు.

ఒక దుస్థితి నుంచి బయటపడలేక పోవటమే జనాన్ని సంవత్సరాల తరబడి పట్టి, బంధించి ఉంచుతుంది. మీరు పరిపూర్ణులు కారని, తప్పులు చేస్తారని ఒప్పుకోవటమే మీ పరిణతికి చిహ్నం. గతంలో మీ నిర్ణయాలలో, ఎంపికలలో పొరబడ్డారు. దాని ఫలితమే ప్రస్తుత పరిస్థితి. ఇది అందరూ చేసే పనే.

పశ్చాత్తాపము, నింద

ఇరవై అయిదు సంవత్సరాల అనుభవం గడించిన మానసిక వైద్యులు ఉద్వేగ చికిత్స ఆరంభంలో "ఇలా అయి ఉంటే" అన్న మాటలు అత్యంత సాధారణంగా విన్నట్లు, పత్రికా విలేకరి ఇ బి వైట్ తో చెప్పారని వినికిడి. తమ విషాద గాధలు, సుదీర్ఘ విచారము వెళ్ళబోసుకుంటూ ఆయన క్లయంట్లు "నేను ఆ పని చెయ్యకపోయి ఉంటే, ఆ నిర్ణయం తీసుకోక పోయి ఉంటే, ఆ ఉద్యోగం ఒప్పుకోక పోయి ఉంటే, .." అని అంతు లేకుండా చెబుతూనే ఉండేవారు. గతంలో మనం చేసిన తప్పులను గురించి విచారించుతూ కూర్చుంటే, భవిష్యత్తులో అవకాశాలు చెయ్యిజారి పోతాయి. అదే దురదృష్టం.

"అలా అయి ఉంటే..." అన్న పదబంధం మీ పదజాలంలోనుంచి తొలిగించటమే మీ ఆనందానికి పరమ రహస్యం. జరిగిందేదో జరిగిపోయింది. అది మార్చలేమని ఒప్పుకొండి. అది దురదృష్టకరమే అయి ఉండవచ్చు. కాని అది గతం. అది వాస్తవం. దానిని మార్చలేరు.

2010 లో అత్యంత ప్రజాదరణ పొందిన భావ ప్రకటన "అది అంతే." మీ నీతి సూత్రం కూడా ఇదే కావాలి. పరిస్థితి అంగీకరించండి. ముందుకు సాగండి.

ముందు ఆలోచన

మీ జీవితంలోను, వృత్తిలోను అవాంఛనీయ సంఘటనలు జరిగి తీరుతాయి. అలా జరిగినపుడు, అందుకు బాధ్యత అంగీకరించండి. భవిష్యత్తుమీద దృష్టి కేంద్రీకరించండి. మీ సమస్యలు పరిష్కరించి, లక్ష్యం సాధించటం మీద ఏకాగ్రం చెయ్యండి.

హార్వర్డ్ కు చెందిన విలియం జేమ్స్ "ఆ స్థితికి ఆమోదం తెలపండి. దురదృష్టంవల్ల కలిగే పర్యవసానం అధిగమించటానికి జరిగినదానిని అంగీకరించటం మొదటి మెట్టు." మీరు హతాశులు కారు అని గుర్తు ఉంచుకోండి. మీరు స్వయంసిద్ధులు, ఆత్మవిశ్వాసం కలవారు. మీ జీవితానికి మీ భవిష్యత్తుకు అధిపతి. కొన్ని మార్పులు జరిగాయి, వాటిని మీరు మార్చలేరు. వాటిని గురించి చింతిస్తూ కూర్చోకండి.

లాభం, నష్టం

స్వలాభం పొందాలన్న కోరికే జీవితంలో అన్నిటినీ మించిన ప్రేరణ. నష్టపోతామేమో నన్న భయం రెండవ ప్రేరణ. ఏదైనా పొందాలనే కోరికకంటే రెండున్నరరెట్లు నష్టపోతామేమోనన్న భయం జనానికి. ఇది మానసికశాస్త్రవేత్తల అధ్యయన సారం. ఏదైనా లబ్ది పొందటానికి వారికి కొంత ప్రేరణ ఉండవచ్చు. కాని నష్టపోయినపుడు వారు కుప్పకూలిపోతారు.

మీ బాంధవ్యాలు ఆనందదాయకంగా ఉన్నాయి. మీకు మంచి ఉద్యోగం ఉన్నది. ఆర్థికస్థితి స్థిరంగా ఉన్నది. ఏకారణం చేతనైనా మీరు ఈ స్థితి కోల్పోతే, మీరు నెలలపర్యంతం, సంవత్సరాల పర్యంతమూ కావచ్చు మీరు శోకసాగరంలో మునిగిపోతారు. మీరు గుర్తు పెట్టుకోవలసింది ఇది: మీరు కోల్పోయింది లేకమునుపు మీరు బాగానే ఉన్నారు. అది లేకపోయినా భవిష్యత్తులోకూడా మీరు బాగానే ఉంటారు.

యదార్థాన్ని అంగీకరించండి. దానిని తిరస్కరించటానికీ, పోరాడటానికీ నిరాకరించండి. మిమ్మల్ని గురించి మీరు జాలిపడటం మానండి. మీరు "ఇలా చేసి ఉంటే..." ఈ దురదృష్ట సంఘటన జరిగేదికాదని చెప్పుకోవటం ఆపండి.

నష్టం, ఖర్చు

ఎకౌంటింగ్ లో బ్యాలన్స్ షీట్ లో "సంక్ కాస్ట్" అని ఒక ఖర్చు వ్రాస్తారు. అంటే కొంత సొమ్ము దేనికో ఖర్చయింది. అది ఇక తిరిగి రాదు. వాణిజ్య ప్రకటనల ఖర్చు, పాతబడిపోయిన వస్తువులను కొన్న ఖర్చు అవి తిరిగి రావు. ఆ నష్టం పూడ్చే మార్గం లేదు. మీ జీవితంలో కూడా అటువంటి పాతుకుపోయిన ఖర్చులు కొన్ని ఉంటాయి. తరుచు మీరు మనుషులు, ఉద్యోగాలు, పెట్టుబడులలో పెద్దమొత్తాలలో సొమ్ము, సమయము, ఉద్వేగాలు వెచ్చించి ఉంటారు. అనుకోని ఎదురుదెబ్బలు తగులుతాయి. కష్టాలు వస్తాయి. మీ పెట్టుబడి అంతా గాలిలో కలిసి పోతుంది.

ఇప్పుడు మరికొంత సమయము, సొమ్ము గంగపాలు చెయ్యకండి. వికటించిన బాంధవ్యంతో పట్టుకు వేలాడటం, మురిగిపోయిన వ్యాపారం

నిలబెట్టే ప్రయత్నం మానండి. దాని పని అయిపోయింది. ఇప్పటిదాకా మీరు పడిన శ్రమ అంతా వృథా అయింది. ఇక దానిని వదిలెయ్యండి. అది తిరిగి రాదు, రాబోదు.

"నేను పొరబడ్డాను. తప్పుచేశాను. ఇప్పుడు నా మనసు మార్చుకున్నాను." అని చెప్పటానికి ధైర్యం చెయ్యండి. అప్పుడు జరిగినదాన్ని మర్చిపోవటానికి వీలవుతుంది. ఎదుగుతూ ఉన్నపుడు, వికసించుతున్నపుడు అవి జరగటం సామాన్యం అని అంగీకరించితే ఆ సంఘటనలు మర్చిపోవటం సులువవుతుంది

ఇప్పుడు ఈపని చెయ్యండి

ప్రస్తుతం జీవితంలో మిమ్మల్ని వేధించుతున్న సమస్య ఎంచుకోండి. అందులో నేర్చుకోవలసింది, పొందదగింది ఏదైనా ఉన్నదా అని నిశితంగా పరిశీలించండి. అందులో జరుగగల అత్యంత ప్రమాదకరమైన పరిణామం ఏమిటి? ఒకవేళ అలా జరిగితే అంగీకరించటానికి సిద్ధంగా ఉండండి. ఇప్పుడు అలా జరుగకుండా ఉండటానికి శాయశక్తులా ప్రయత్నిస్తూ ముందుకు సాగండి.

8

ధైర్యంగా ముందుకు దూకండి

కొలను చల్లని, స్వచ్ఛమైన ఊటనీటితో మొదలవుతుంది. ప్రాణులు అందులో ఎదిగి, ఈతలాడి, జీవించటానికి అనువుగా ఉంటుంది. మరి అందమైన, ఆరోగ్యకరమైన, సంతోషకరమైన జీవులకు బదులు కప్పలవంటి విముఖ ప్రాణులు అక్కడ చేరి ఎందుకు జయిస్తాయి?

అదేవిధంగా, ప్రతిఒక్క పసిబిడ్డ ఒక అసాధారణ వ్యక్తి కావటానికి, అద్భుతాలు చెయ్యటానికీ, జీవితాంతము ఉత్తమ ఆరోగ్యము, ఆనందము, ఐశ్వర్యము అనుభవించటానికి ఒక శుద్ధ సంభావ్యశక్తిగా ఈ ప్రపంచంలోకి అడుగు పెడుతుంది. ఇంతకు మునుపుకంటే ఈనాడు ప్రజల ఆయుర్దాయం పెరిగింది, వారు దీర్ఘకాలం జీవిస్తున్నారు. ఈ పరిస్థితి నానాటికీ మెరుగు పడుతున్నదనటం ఒక శుభవార్త.

పుట్టినపిల్లలు పూర్తిగా ఆశా వాదులు, నిర్భయులు, ఉత్తేజితులు, ఆసక్తిపరులు, వారికి అడ్డూ ఆపూ తెలియవు. అన్నీ ముట్టుకోవాలని, రుచిచూడాలని, వాసన చూడాలని, చుట్టూ ఉన్నవి అనుభూతి చెందాలని ఆరాటం. (విముఖంగా ఉండే బిడ్డను మీరు ఎప్పుడైనా చూశారా?)

వైఫల్యం ప్రయత్నలోపం లోనే
ఉన్నది. మరెక్కడా కాదు.
పరాజయం అంతరంగంలో తప్ప
మరెక్కడా లేదు.
ధ్యేయంలో బలహీనత తప్పించి
అధిగమించరాని అవరోధం
మరెక్కడా లేదు.

– ఒరిసన్ స్వెట్ మార్డెన్

మడుగు కాలుష్య కారకాలు రెండు

తల్లిదండ్రుల తప్పుల కారణంగా పిల్లలు పసితనంలోనే విధ్వంసక విమర్శ, వాత్సల్యరాహిత్యము అనుభూతి చెందుతారు.ఈ ప్రవర్తనలు రెండూ కాని, ఏదో ఒకటికాని, వయసు వచ్చిన తర్వాత విచారానికి, సవ్యంగా పనిచెయ్యలేక పోవటానికి ముఖ్య కారణాలు.

మానవ సంభావ్యశక్తికి ఏకైక పరమ శత్రువు విధ్వంసక విమర్శ. అది క్యాన్సర్ కంటే, గుండె జబ్బుకంటే కూడా విపరీతమైన ప్రమాదకారి. ఈ జబ్బులు మనిషి శరీరాన్ని తినివేసి మరణం కలిగిస్తాయి. విధ్వంసక విమర్శ మనిషి ఆత్మను చంపివేసి శరీరాన్ని మాత్రం తిరగటానికి వదిలి పెడుతుంది.

తల్లిదండ్రులు వాత్సల్యం చూపించి తర్వాత పిల్లలకు దానిని దూరంచేస్తే, వారు ఆ బిడ్డ మనసులో ఒక భయానకమైన అభద్రత సృష్టిస్తారు. ఆ అభద్రతాభావంనుంచి ఆత్మసంశయం, ఆదుర్దా, చింత, అపాత్రత, అసమగ్రత, ప్రేరణలేమి, ఇతరులు ఆశించినట్లు లేమేమోనన్న భయం, పరిపూర్ణతకోసం గిజాటు, పేచీల భయం, నోరుతెరిచి చెప్పటానికి భయం అన్నీ సృష్టిస్తారు.

ఈ విధ్వంసక విమర్శ, వాత్సల్యాభావం రెండూ కలిసి బిడ్డ శారీరక, భావోద్రేక నిరోధశక్తిని నీరసపరుస్తాయి. ఆ కారణంగా ఆ బిడ్డ తర్వాతి జీవితంలో అన్ని విధాల శారీరక, భావోద్రేక వ్యాధులకు ఎర అవుతుంది. పెరిగి పెద్ద అయిన తర్వాత శారీరకంగా త్వరగా అలిసి పోతుంది. జలుబు, ఫ్లూ, ఉదర సంబంధవ్యాధులకు గురి అవుతుంది. మనోవికృతి సంబంధమైన వ్యాధులకు కూడా గురికావచ్చు.

భావోద్వేగాల నిరోధక వ్యవస్థ నీరసపడితే, ఆ వ్యక్తి అనేక విముఖ బావోద్వేగాలకు గురి అవుతారు. వయోజన జీవితంలో విచారానికి, నిరాశ నిస్పృహలకు, విషాదానికి మూలకారణాలు ఇవే.

క్రిస్టినా చాలా సంవత్సరాలు ఎడతెగని కడుపునొప్పి, తలనొప్పులతో బాధపడింది. ఆ బాధనుంచి బయటపడటానికి తెలిసిన ప్రతి ఒక్క వైద్యమూ ప్రయోగించింది. తన ఆహార పద్ధతులు మార్చుకున్నది. వివిధ వైద్యాలు ప్రయత్నించింది. చాలా సంవత్సరాలు తన అనుభవాలు నెమరువేస్తూ

మానసిక చికిత్సకు కూడా వెళ్ళింది. హఠాత్తుగా ఆమె ఒక విషయం కనుక్కున్నది. దానితో ఆమె జీవితం మారిపోయింది. తనకు తెలిసిన నిజమో, అనుభూతి చెందుతున్న నిజమో నోరుతెరిచి బయటికి చెప్పకపోతే, అప్పుడు తలనొప్పి వస్తున్నది అని తెలుసుకున్నది. అలాగే ఏవిషయమైనా ఆమెకు సరి అనిపించకపోయినా, దానిని భరించి కొనసాగినా, లేదా తన బాంధవ్యం సరిగాలేకపోయినా అందులోనే కొనసాగుతుంటే ఆమెకు కడుపులోనొప్పి వచ్చేది.

తనను గురించి ఈ రహస్యం తెలిసిన మరుక్షణంనుంచీ తన శరీరం చెప్పే ప్రతి ఒక్క సందేశం అతి జాగ్రత్తగా వింటుంది. వెంటనే అందుకు తగిన చర్య తీసుకుంటుంది. సాధ్యమయినంత నిజాయితీగా ఉంటుంది. ఇప్పుడు ఆమె కడుపునొప్పులూ, తలనొప్పులూ ఒకటి రెండు నిమిషాలకు మించి ఆమెను బాధించవు. వాటిని ఆమెహెచ్చరికలుగా గమనిస్తుంది. మనం అందరమూ మన శరీరాలు చెప్పేది వినాలి, మన ఉద్వేగాలను గురించి మెలకువగా ఉండాలి అని ఆమె నేర్చుకున్నది. భావోద్వేగాలు అదుపు తప్పినపుడు, చాలామందికి శారీరకంగా బాధ కలుగుతుంది. మనసు, శరీరము చిక్కుసమస్యలా కలిసి ఉన్నాయి. మీ శరీరాన్ని గురించి మీరు ఎంత మెలకువగా ఉంటే మీ ఉద్వేగాలు అంత అదుపులో ఉంటాయి.

నష్టము, విమర్శల భయం

విముఖ ఉద్వేగాలు చాలా ఉన్నాయి. వాటిలో 99 శాతం రెండు ఉద్వేగాల చుట్టూ పరిభ్రమిస్తూ ఉంటాయి. వైఫల్యభయం, తిరస్కార భయం.

వైఫల్య భయం పెద్ద అయినతర్వాత నష్టపోయే భయంగా అవతరిస్తుంది. బాల్యంలో విధ్వంసక విమర్శలకు లోనైన వారందరూ పెరిగి పెద్ద అయినతర్వాత ధన నష్టం, ఆరోగ్య నష్టం, భద్రతా లోపం, ఇతరుల ప్రేమ లోపం గురించి భయపడుతూ ఉంటారు. వారు జీవితంలో వృత్తిలో, ఉద్యోగంలో ఎంత సాధించినా సరే, ఇదంతా ఏ కారణంగానైనా కోల్పోతారేమో, మళ్ళీ మొదటికెత్తు కోవాల్సి వస్తుందేమోనన్న భయంతో వేగుతుంటారు.

తిరస్కరణ భయం విమర్శనా భయంగా అనుభవంలోకి వస్తుంది. ఈ భయంతో కొందరు ఇతరుల ఆలోచనలు, మాటలు, అభిప్రాయాలకు,

చివరికి ఎదటివారి, వారు అపరిచితులైనాసరే, చూపులకుకూడా వారు కలవర పడుతారు. దానికితోడు వారు ఎదటివారిని మెప్పించాలని ప్రయత్నిస్తారు. అందుకు తగిన ఆమోదం లభించదేమోనని కూడా వారి భయం. తిరస్కారభయం పరువు పోతుందేమోనన్న భయానికి దారి తీస్తుంది. ఇతరుల దృష్టిలో తమ పరువు కొందరికి చాలా ముఖ్యం. వీరు పరిహాసానికైనాసరే వేళాకోళం సహించలేరు – ముఖ్యంగా మరొకరి ఎదట. సభాకంపానికి మూలకారణం తిరస్కార భయమే. ఇది మరణభయంకంటే కూడా తీవ్రమైన భయం.

ప్రజల జీవితంలో, వారి నిర్ణయాలలో ఈ భయం ప్రముఖపాత్ర పోషిస్తుంది. వారి జీవితాలలో భయంపాత్ర వారు గ్రహించటానికి అనువుగా మా సెమినార్లలో మేము సాధారణంగా రెండు ప్రశ్నలు అడుగుతాం:

★ *మొదటి ప్రశ్న:* "మీరు ఆర్థికంగా స్వతంత్రులయితే, మీ జీవితాంతము మీకు అవసరమైన డబ్బు అంతా ఉంటే, మీరు భిన్నంగా ఏమి చేస్తారు? మీరు ఏది విడిచి పెడతారు? ఎందులో అడుగు పెడతారు? మీరు ఏపని చెయ్యటం ఆపుతారు? ఏపని చెయ్యటం మొదలు పెడతారు?"

ఇక్కడ విషయమేమిటంటే, మీకు పేదరికభయం లేకపోతే, మీకు అవసరమైన డబ్బు అంతా మీ చేతిలో ఉంటే, మీరు మీ జీవితాన్ని నాటకీయంగా మార్చివేస్తారేమో.

ప్రజలు తమ జీవితాలు తమ భయాలకు అనువుగా రూపుదిద్దు కుంటారు. భద్రతదృష్ట్యా వారు తమ సామర్థ్యానికి తగని అధమ ఉద్యోగాలు చేపడతారు. ఒంటరిగా బతకటంకంటే దుర్భరమైన బాంధవ్యాలు భరించి అందులోనే కొనసాగుతారు. నిర్లక్ష్యంగా, జడంగా ఉండేవారి స్నేహం ఎంచుకుంటారు. అప్పుడు వారికి విమర్శలు, అవమానం, తిరస్కారం బాధలు తప్పుతాయి.

★ *రెండవ ప్రశ్న:* "వైఫల్యము అనేది లేకపోతే, మీరు కలగనే ఘనసాహసం ఏమిటి?"

పెద్దది కానీయండి, చిన్నది కానీయండి, తాత్కాలికం కానీయండి, దీర్ఘకాలం కానీయండి మీకు సఫలత గ్యారంటీ ఇస్తే, మీరు మీకై నిశ్చయించుకునే బృహత్ ప్రణాళిక, ఉత్తేజపరిచే, సవాలు చేసే ప్రణాళిక ఏమిటి?

ఈ ప్రశ్నతో ప్రజలు వాళ్ళను పట్టి వెనక్కు లాగుతున్న భయాలు ఏమిటో గుర్తించ గలుగుతారు. మీకు సఫలత హామీ ఇస్తే, బహుశ మీరు మీ హృదయపూర్వకమైన కోరిక తీర్చుకోవటానికి సంసిద్ధులవుతారేమో. మీరు జీవితంలో సాధించదలచిన పరమాద్భుతం అదేనేమో. మీరు ఈ భూమి మీదికి వచ్చింది అందుకేనేమో.

సంపూర్ణ నిర్వాహకులు

మానసికంగా క్రమవికాసంతో ఉన్నత స్థాయి సాధించిన వ్యక్తిని "సంపూర్ణ నిర్వాహకులు" అన్నారు మానసిక శాస్త్రవేత్త కార్ల్ రోగర్స్. ఈ వ్యక్తి ఆత్మాభిమానం, ఆత్మసంతృప్తి ఉన్నతస్థాయిలో ఉంటాయి. తనపట్ల, ఈ విశాలవిశ్వంపట్ల కూడా ఆయనకు సంపూర్ణ విశ్వాసం. సంపూర్ణ నిర్వాహకస్థాయి చేరిన వ్యక్తి తమను తాము కప్పిపుచ్చుకోవటానికి ఎప్పుడూ ప్రయత్నించరు. అదే వారి వ్యక్తిత్వానికి గీటురాయి.

ఈ సంపూర్ణ నిర్వాహకులు తనను తాను సమర్థించుకోవలసిన అవసరంగాని, ఒకరికి సంజాయిషీ చెప్పుకోవలసిన అవసరంగాని ఉన్నదనుకోరు. వారు ఇతరుల ఆలోచనలకు, అభిప్రాయాలకు విలువ ఇస్తారు. కాని వారు తమ ఆలోచనలకు, అనుభూతులకు, విలువలకు, ఆదర్శాలకు అనుగుణంగా జీవిస్తారు. ఆమె ఆప్యాయంగా ఉంటారు. సాదరంగా, ఆనందంగా, మనమోహనంగా ప్రవర్తిస్తారు.వారిని పరిపక్వమైన వ్యక్తిగా, ఒక సమగ్రవ్యక్తిగా గుర్తిస్తారు. తన ప్రతిభావిశేషాలు ఎవరికీ ప్రదర్శించవలసిన అవసరం వారికి ఉండదు. ఈ స్థాయి వ్యక్తిగతశక్తి, సంతృప్తి సాధించటమే ప్రతి ఒక్కరి ధ్యేయమూ కావాలి.

ఇప్పుడు ఈపని చెయ్యండి

మీరు ధనవంతులు, సఫలురు, శక్తిమంతులు, లోకప్రియులు అని ఊహించండి. మీరు మీ లక్ష్యాలన్నీ సాధించినట్లూ, ఆర్థికంగా సంపూర్ణ స్వతంత్రులయినట్లూ మిమ్మల్ని మీరు మనసులో చిత్రించుకోండి.

ఈపాటికి మీరు ఆశించిన అత్యుత్తమవ్యక్తిగా మీరు మారి ఉంటే, మీ అనుభూతి ఎలా ఉంటుంది? మీ సహోద్యోగులనూ, సహకార్మికులనూ ఇతరులనూ ఎలా ఆదరిస్తారు?

9

వికారమైన కప్పలకు వీడ్కోలు

మీకు సాధ్యమనిపించినదంతా సాధించనీయకుండా పట్టి వెనక్కులాగుతున్నదేమిటోతెలుసుకోవాలంటే, మీ అపరాధభావాలను, అపాత్రత అనుభూతులను తరిచి చూడాలి. ఈ అనుభూతులు సఫలతకు, ఆనందానికి మీ ఆశలను, కలలను సమూలంగా నేలమట్టం చేస్తాయి.

అపరాధభావం నేర్చుకున్నది

పసిపిల్లలు అపరాధభావంతో పుట్టరు. యుక్తవయస్కులుగా ప్రస్తుతం మీలో ఉన్న ప్రతిఒక్క అపరాధభావము మీ తల్లిదండ్రులు, మీ సహోదరులు, ఇంకా ఇతరులు మీ ఎదుగుతున్నవయసులో మీకు బోధించారు. ఈ అపరాధస్వభావం అంతా నేర్చుకున్నది కనుక, ఆ నేర్చుకున్నదానిని మర్చిపోవటం కూడా సాధ్యమే.

అతనిలో అంతర్గతమై ఉన్న శక్తి నూతనం. అతను ఏమి చెయ్యగలడో అతనికి తప్ప మరెవరికీ తెలియదు. ప్రయత్నిస్తే తప్ప అతనికీ తెలియదు.

– రాల్ఫ్ వాల్డో ఎమర్సన్

తల్లిదండ్రులు పిల్లలమీద అపరాధ భావాన్ని ప్రయోగిస్తారు. ఎందుకంటే వారి తల్లిదండ్రులు వారిమీద కూడా ఈస్వభావమే ప్రయోగించారు. వారి తాత ముత్తాతలు కూడా అదేపని చేశారు. ఇది తరతరాలుగా నడిచివస్తున్న

వారసత్వం. నేరాన్ని ఒక ఆయుధంగా ప్రయోగిస్తున్నామని మామూలుగా ప్రజలకు తెలియదు. అది వారి జీవితంలో అంత గాఢమైన అలవాటుగా పాతుకుపోయింది.

కొన్ని చర్చ్ లు "విముఖ మతం" బోధిస్తాయి. ఈ చర్చ్ లలో, సోషలిజం, కమ్యూనిజం, ఆలోచనా విధానాలలో ఉద్వేగాలు ధ్వంసం చెయ్యటానికీ, వ్యక్తిత్వాలను కూలదోయటానికీ, అపరాధం ఆయుధంగా ప్రయోగమవుతుంది. ఎదటివారిని అదుపులో ఉంచటానికి అపరాధం ఒక ఆయుధంగా బుద్ధిపూర్వకంగా క్రమపద్ధతిలో ప్రయోగం అవుతుంది.

మాయోపాయం, నియంత్రణ

అపరాధభావం బుద్ధిపూర్వకంగా ప్రయోగించినపుడు, దానికి రెండు లక్ష్యాలు ఉంటాయి: మాయోపాయం, నియంత్రణ. ఎదటివారిని అపరాధభావం అనుభూతి చెందించ గలిగితే, వారి ఉద్వేగాలు అదుపులోకి తీసుకురావటం అతి సులభమని ప్రజలు (తల్లిదండ్రులతో సహా) తెలుసుకున్నారు. వారి ఉద్వేగాలు అదుపుచేస్తే, వారు ఎలా చెబితే అలా వింటారు. అప్పుడు వారిచేత ఏదికావాలంటే అది చేయించవచ్చు. అందుచేత అపరాధమనే దారుణమైన ఆయుధాన్ని కపటంగా ప్రయోగించి మనుషుల అంతరంగాలను ధ్వంసం చేస్తారు. అప్పుడు ప్రజల నిరోధము, ప్రతిఘటన నీరసిస్తాయి. తద్వారా ఎదటివారి అదుపులోకి వస్తారు.

విధ్వంసక విమర్శ కారణంగా, వాత్సల్యరాహిత్య కారణంగా పిల్లలు అపరాధభావానికి లోనవుతారు. దానికితోడు పిల్లలకు వారు తగినవారు కాదనీ, మూర్ఖులనీ, ఆ తల్లిదండ్రులకు పుట్టవలసినవారు కాదనీ, సమర్థులు కారనీ చెబుతూ ఉంటే, పిల్లలలో తాము ఎందుకూ కొరగానివారమనే భావన నిలదొక్కుకుంటుంది.

మంచి, చెడు

పిల్లలు ఎదుగుతున్న వయసులో నిత్యమూ విమర్శకు గురవుతే, వారు ఆత్మవిమర్శకు లోనవుతారు. ఈ ఆత్మవిమర్శతో వారు తమను ఎదటివారితో

పోల్చుకుని తమకు లేనిదానిని గురించి చింతిస్తారు. వారిచుట్టూ ఉన్నవారందరూ క్రీడలలో కానీయండి, చదువులో కానీయండి, సామాజిక కార్యక్రమాలలో కానీయండి తమకంటే మెరుగైనవారుగా దర్శనమిస్తారు. వారిలో న్యూనతాభావం పాతుకుపోయి ఉండటానికి ఏ రంగంలో నైనాసరే తమకంటే మెరుగుగా ఉన్నవారిని చూసి, ఆ వ్యక్తి తమకంటే మెరుగైనవారనే నిర్ణయానికి వస్తారు.

ఇతరులతో తమను విముఖంగా పోల్చుకొని, నేరస్వభావులు "వారు నాకంటే బాగా చెయ్య గలుగుతున్నారంటే, వారు విలువైన వ్యక్తులై ఉండాలి. వారు విలువైన వ్యక్తులంటే నేను పనికిమాలిన వాడినై ఉండాలి." అన్న నిర్ధారణకు వస్తారు.

కనుకనే విపరీతమైన అపరాధభావంవల్ల పనికిమాలినతనం అనుభూతి అవుతుంది. పనికిమాలినవారుగా, న్యూనతాభావంతో బాధపడేవారు అభద్రతా, నిరాశావాదం, ఆగ్రహం, అసంతృప్తితో ఖిన్నులవుతారు. కారాగారవాసం చేసేవారిలో చాలామంది బాధ్యతా రహితులు. వారిలో ఆత్మాభిమానం పూజ్యం. వారి తల్లిదండ్రులు వారు పనికిమాలిన వారనీ, ఏదో ఒకనాడు వారు కటకటాల వెనక చేరుతారనీ చెప్పటం –ఒకసారి కాదు, పదేపదే చెప్పటం – వారికి బాగా గుర్తు ఉంటుంది.

బానిసత్వ అనుభూతి

ఈ అపరాధభావంవల్ల ప్రజలు తమను పరిస్థితులకు, అదృష్టానికీ, సమాజానికీ, ఇంకా ఇతర కారణాలకూ బానిసలుగా తలపోస్తారు. ఈ అనుభూతి "నేను సమర్దుడిని కాను." అన్న మాటలలోవ్యక్తమవుతుంది. ఈ వ్యక్తులు నిరంతరమూ ఇతరులతో పోల్చుకుంటూ "నేను అంత తెలివైన వాడిని కాను." "నాకు అంత కౌశలం లేదు." "నేను అంత సమర్ధుడిని కాను." "నేను అర్హుడిని కాను." "నావల్ల కాదు! నావల్ల కాదు!! నావల్ల కాదు!!!" అని వాపోతూ ఉంటారు.

ఇప్పుడు ఈ పని చెయ్యండి

ఈ నేరస్వభావంవల్ల మనసంగతి మనం చూసుకునే ముందు మరొకరి అవసరాలు, అనుభూతులను గురించి మనం శ్రద్ధతీసుకోవాలి అన్న అనుభూతికి దారి తీస్తుంది. ఏదైనా నిర్ణయం చెయ్యబోయేముందు ఎవరి అనుమతో, ఆమోదమో పొందాలి అన్న అనుభూతి కూడా కలుగుతుంది. మిమ్మల్ని దోషిగా నిలబెట్టే పరిస్థితి ఆశించండి. ముందుగానే దానికి హద్దులు నిర్ణయించండి.

ఉదాహరణకు, గతంలో క్రిస్టినా భర్త ఆమెతో సంప్రదించకుండానే సామాజిక కార్యక్రమాలు, నెట్ వర్కింగ్ సమావేశాలు ఏర్పాటు చేసేవారు. తనకు వీలు అయినా కాకపోయినా క్రిస్టినా ఆ కార్యక్రమాలలో పాల్గొని ఆయన మాట నిలబెట్టేది. కాని ఆ కార్యక్రమము, సమావేశము తన అవసరాలను మించినది కాదు. అందుచేత ఆ కార్యక్రమాలకు హాజరుకావటం ఆమెకు చిరాకుగా ఉండేది. తన అవసరాలే ముఖ్యం అనుకుంటే నేరం అవుతుందని అలా సర్దుకు పోయేది. కాని ఇప్పుడు ముందస్తుగానే ఆమె అన్నిటికీ ఎల్లలు తయారు చేసింది. ఏదైనా కార్యక్రమం వస్తూ ఉంటే ఆమె భర్త ముందుగా ఆమెను అడగాలి. ఆమె హాజరు కాగలదో లేదో ఆమె నిశ్చయించాలి. ఈ విధంగా వారు పరస్పర స్వాతంత్ర్యాన్ని ఆదరించుకుంటారు. నేరస్వభావం క్రిస్టినా ప్రవర్తనను ప్రభావితం చెయ్యలేదు.

దాస్య భాష వదలండి

ఒకసారి ఈ నేరము, అపాత్రత, న్యూనత, అనుభూతులు అలవాటు అయిన తర్వాత, ప్రజలు దాస్యభాష ప్రయోగించి ఆ అనుభూతులను ఇంకా దృఢపరుస్తారు. రోజంతా మీ స్వగతం, మీ అంతరంగంలో నడిచే సంభాషణ మీ ఆలోచనా విధానాన్ని, మీ అనుభూతులను నిర్ణయిస్తాయి. అపరాధభావంతో నిండిఉన్న వ్యక్తుల అంతరంగ సంభాషణ ఇతరుల మీద ఫిర్యాదులు, విమర్శలు, నిందలతో నిండి ఉంటుంది.

ఈ మనుషులు తమ పనిలో, వ్యక్తిగత సంబంధాలలో "ప్రయత్నిస్తాను." లేదా "నాకు సాధ్యమయినంత బాగా చేస్తాను." అంటారు.

ఈ మాటలు చెప్పేవారు విఫలురు కాబోతున్నారని, నిరాశ పరచబోతున్నారని తెలుసుకోండి. ఆ విషయం వారికికూడా తెలుసు. స్టార్ వార్స్ లో యోడా అన్నట్లు,"చెయ్యి, లేదా చెయ్యకు. ప్రయత్నం ఏమీ లేదు."

విమర్శలు, ఫిర్యాదులు దాస్యభాష రూపాంతరాలు. మీరు విమర్శిస్తున్నపుడు, ఫిర్యాదులు చేస్తున్నపుడు ఆ విమర్శలు ఫిర్యాదులు ఎవరిని ఉద్దేశించినవో వారికి మిమ్మల్ని మీరు దాసులుగా ప్రకటించు కుంటున్నారు.

అపరాధభావులు నిత్యమూ ఏవో సాకులు చెబుతూనే ఉంటారు. ప్రయత్నలోపానికీ, లక్ష్యాలు లేకపోవటానికి, సమయపాలన లేకపోవటానికి, బాధ్యతలు నిర్వర్తించక పోవటానికి, నిర్దేశించినపని చెయ్యక పోవటానికి వారు నిరంతరం సమర్ధనలు, సంజాయిషీలు కుమ్మరిస్తూ ఉంటారు. పరిస్థితులకూ, జీవితానికీ బానిసలమని వారి భావన. ఏదీ ఎన్నటికీ వారి తప్పు కాదు.

నేరము, విముక్తి

బాల్యం నుంచి మీలో అపరాధభావం పాతుకుపోయి ఉండవచ్చు. ఆ అపరాధభావం వదిలించుకోవటానికి ఇక్కడ నాలుగు మెట్లు ఉన్నాయి.

మొదటి మెట్టు: ఈ క్షణంనుంచి ఏ విషయంలోనూ మిమ్మల్ని మీరు విమర్శించుకోకండి. మిమ్మల్ని గురించి నిజం కాదనుకున్నది ఎన్నడూ నోరుతెరిచి అనకండి. మిమ్మల్ని గురించి మీరు అనుకోని, చెప్పేమాటలే మీ భాషలో అత్యంత శక్తివంతమైన పదాలు అవుతాయని గుర్తు ఉంచుకోండి. మీ మాటలు ఎప్పుడూ సుముఖంగా, ఉల్లాసంగా ఉండేట్లు చూసుకోవటం మీ మేలుకే.

మీకు మీరు చెప్పుకో గలిగిన ఉత్తమ పదజాలం: "నేనంటే నాకు ఇష్టం.", "నేను ఆ పని చెయ్యగలను.", "అది నా బాధ్యత." ఇలా మీకు మీరు చెప్పుకుంటూ ఉంటే విముఖత్వము, అపరాధభావము మీ దరిచేరటానికి సాధ్యం కాదు.

రెండవ మెట్టు: ఎవరినీ దేనికీ విమర్శించకండి. విధ్వంసక విమర్శ మీ భాషలోనుంచి తొలిగించండి. "ఆయననోటినుంచి ఒక్కమాటకూడా పోల్లుపోదు." అన్న వ్యక్తిగా పెరుకెక్కండి.

ఎదటివారిలో ఎప్పుడూ మంచిని మాత్రమే చూసి మెచ్చుకోలు మాత్రమే పలకటం అలవాటు చేసుకోండి. కారణం ఏదైనా కానీయండి, ఎదటివారిని గురించి ఒక మంచిమాట చెబితే వారి ఆత్మగౌరవం పెరుగుతుంది. ఎదటివారి ఆత్మగౌరవానికి దోహదం చేసినపుడు, మీ ఆత్మగౌరవం అదే స్థాయిలో ఉన్నతి చెందుతుంది.

మూడవ మెట్టు: ఏ కారణంగానైనాసరే ఎదటివారిని నేరస్థులుగా చూపకండి. మీ భాషలో, మీ కుటుంబంలో, మీ బాంధవ్యాలలో ఆ అపరాధభావనను, భాషను తొలిగించండి. అవతలివారు నేరంచేసినా, చెయ్యకపోయినా వారిని నేరస్థులుగా వేలెత్తిచూపే ప్రయత్నం ఎన్నడూ చెయ్యకండి.

అవ్యాజమైన ప్రేమ, అంగీకారం ఇతరులకు మీరు ఇవ్వగలిగిన మహోత్తమ కానుక. అంటే, వారు ఏమి చేసినా, చెయ్యక పోయినా మీరు వారిని విమర్శించరు. మీరు ఆమోదిస్తారు, మెచ్చుకుంటారు లేదా మౌనం వహిస్తారు.

నాలుగవ మెట్టు: ఎవరైనాసరే నేరం ప్రయోగించి మిమ్మల్ని వశపరుచుకోవాలని ప్రయత్నిస్తూ ఉంటే, నిరాకరించండి. ఈ క్షణంనుంచి దేనికైనాసరే మిమ్మల్ని నేరస్తులుగా చూపటానికి జరిగే ప్రయత్నం పూర్తిగా తిరస్కరించండి.

మీ అమ్మ, నాన్న లేదా మరెవరైనా మీరు దోషులు అని అనుభూతి చెందేట్లు చేస్తూ ఉంటే, "నేను నేరస్థుడిగా అనుభూతి చెందాలని మీ ఉద్దేశం కాదు కదా." అని చెప్పి మౌనం వహించండి.

ఎదటివారిని నేరస్థులుగా చూపటానికి ప్రయత్నిస్తున్నామని ఎవరూ ఒప్పుకోరు. "ఆ పని మాకేమి అవసరం?" అంటారు దర్జాగా.

కాని మీరు, "నేను నేరస్థుడిగా అనుభూతి చెందాలని మీ ఉద్దేశమా?" అని అడిగి చూడండి. వారు "ఆ, అవును." అంటారు. మీరు వెంటనే "అదేం పనికి రాదు." అనండి.

నేరస్వభావం ప్రయోగించి మిమ్మల్ని లొంగదీయాలని ప్రయత్నించేవారికి అదేం పనికిరాదని మీరన్న మరుక్షణం జరిగేది చూస్తే మీరు అవాక్కు అవుతారు. మొదట్లో వారికి కోపం వచ్చి కలవర పడుతారు. ఆ నేరఆరోపణ మీమీద పని చెయ్యదు అని గ్రహించిన మరుక్షణం వారు మారిపోతారు. సుముఖులవుతారు. కావాలంటే ప్రయత్నం చేసి చూడండి.

అన్నివిధాల విముఖ ఉద్వేగాలనూ నిర్మూలించటమే జీవితంలో మీ ఘనాతిఘన లక్ష్యం అయి ఉండాలి. “నేనంటే నాకు ఇష్టం.” , “నాదే బాధ్యత.” అన్న రెండు పదబంధాలూ సుముఖ ఉద్వేగాలకు అత్యంత శక్తిమయ ప్రోత్సాహకులు.

మిమ్మల్ని మీరు ఇష్టపడుతున్న కొద్దీ మీరు దినదిన ప్రవర్ధమానమయ్యే బాధ్యతాయుతులవుతారు. మీరు గురుతర బాధ్యతలు చేపట్టినకొద్దీ మిమ్మల్ని మీరు ఇంకా ఇంకా అభిమానిస్తారు. ఆత్మాభిమానమూ, బాధ్యతా ఒకదానికొకటి చేదోడు వాదోడు అవుతాయి.

ఇప్పుడు ఈ పని చెయ్యండి

మిమ్మల్ని దోషులుగా నిలబెట్టేవారిని ఒకరిని గుర్తించండి. ఈ సారి అలా జరుగనివ్వనని మీకు మీరు శపథం చేసుకోండి. ముందుగానే ఒక లక్ష్మణరేఖ గీసి మీరు ఈపని చెయ్యవచ్చు. ఉదాహరణకు, సమావేశాలలో ఒకరు మీ సమయం విలువ చెయ్యరు. ధోరణిగా మాట్లాడుతూనే ఉంటారు. అటువంటి వ్యక్తికి ఒక పదిహేను నిమిషాల హెచ్చరిక చెయ్యండి. పదిహేను నిమిషాలలో మీరు బయటికి వెళ్లాలని, లేదా మరేదో పని ఉన్నదని హెచ్చరించండి. ఆ సమయపాలనకు కట్టుబడి ఉండండి.

మీరు ఒకసారి ఒక వ్యక్తితో ఈ నేరం మోపే దురలవాటు మాన్పిస్తే, ఆ తర్వాత మీరు ఎవరితోనైనాసరే ఆపని సాధించగలరు.

ఒక పరిస్థితిలో, లేదా ఒక బాంధవ్యంలో ఎంతదూరం వెళ్లవచ్చునో పరీక్షించటం మానవ స్వభావం. నేరారోపణ చేసే ఈ వికృత భేకాలనుంచి తప్పుకొవటానికి, తట్టుకొవటానికి ఆద్యంతము మీ హద్దులు తెలిసికొని ఉండటం ముఖ్యం. ఇతరులతో వ్యవహరించేటపుడు మీకు ఉద్వేగపరంగా, శారీరకంగా ఎంతవరకు భరించగలరు, అన్నది నిర్ణయించుకోండి. ఎదటివారు మీ హద్దులు పరీక్షించవచ్చు. కాని చివరికి మీ హద్దులకు కట్టుబడిపోతారు. మీ హద్దులు తెలియనపుడు, వారు హద్దులుదాటి మిమ్మల్ని పీల్చివేస్తారు. ఇక్కడ స్పష్టత అత్యవసరం.

ఇప్పుడు ఈ పని చెయ్యండి

ఒకరు మిమ్మల్ని దోషిగా నిలబెడుతున్నారు. వారిని మీరు ముఖాముఖి ఎదిరించి నిలవలేక పోతున్నారు. అటువంటి సమయంలో ఒక ఖాళీ కుర్చీకి ఎదురుగా కూర్చోండి. ఆ కుర్చీలో ఎదటివ్యక్తి కూర్చొని ఉన్నారని ఊహించండి. వారికి మీ అనుభూతులు వివరించండి. మిమ్మల్ని దోషిగా నిలబెట్టటానికి ప్రయత్నిస్తే, ఇకముందు మీరు ఒప్పుకోబోవటం లేదని ధృఢముగా చెప్పండి. వారు తమ జీవితానికి, అనుభూతులకు, అనుభవాలకు బాధ్యత తామే వహించాలని చెప్పండి. మీ సంగతి మీరు చూసుకుంటారు. మీకు సంతోషం కలిగించే పనులు చేస్తారు. కావాలంటే ఆ వ్యక్తి ఫోటో ఒకరి ఎదటి కుర్చీలో పెట్టండి. ఖాళీ కుర్చీతో మాట్లాడటం మీకు అసౌకర్యంగా అనిపిస్తే, మీకు ఇష్టమైన వారిని ఎవరినైనా ఆ కుర్చీలో కూర్చోబెట్టి సంభాషించండి.

10

మీ కప్ప ఉత్తమం!

ఏనాడో ఎవరో వారికి ఏదో అపకారం చేశారు, లేదా వారాశించినది చెయ్యలేదు. అందుకని ఆ 'ఎవరి' మీద వారికి ఇంకా కోపం. కనుక వారు ఈనాడు సంతోషంగాలేరు. అవతలివారు ఏదో అపరాధం చేశారని, లేదా అవతలివారు ఏనాడో వారికి అపకారం చేశారని వారి విషాద అనుభూతి. కనుక వారు ఈనాటికీ ఆ 'దోషు' లను మన్నించలేదు.

వికసించుతున్న వ్యక్తిత్వం

మీ బాల్యంలో మీ తల్లిదండ్రులు అన్నివిషయాలూ చూసుకునేవారు. వారు మీకు అన్నం పెట్టేవారు, స్నానం చేయించేవారు, బట్టలు తొడిగేవారు, స్కూలుకు తీసుకువెళ్ళి తీసుకువచ్చేవారు, అనుక్షణమూ మిమ్మల్ని కనిపెట్టి ఉండేవారు. తమ చుట్టూ అన్నీ తెలిసిన, అన్నిటికంటే బలమైన, అందరికంటే వివేచానా పరులైన ఒక రక్షకుల చేతులు తమను కాపాడుతున్నాయని బాల్యంలో పిల్లల అనుభూతి. అందుచేత తాము ఒక క్రమమైన, తార్కికమైన ప్రపంచంలో ఉన్నామని వారి ఆలోచన. అన్నీ తెలిసిన తమ తల్లిదండ్రులు తమను గురించి

మీ మనసులో ఆనందంతో మెరిసే అపేక్షల చిత్రం చిత్రిస్తే, మీ లక్ష్యానికి అనువైన స్థితికి చేరుతారు.

– నార్మన్ విన్సెంట్ పీలే

జాగ్రత్త తీసుకుంటారని, తమను కనిపెట్టి ఉంటారని, తమకు కావలసిన ఉత్తమ నిర్ణయాలు చేస్తారని పిల్లల ఆశ.

జీన్ ప్యాగెట్ బాలల వికాసంలో నిపుణులు. ఆయన "ది కన్స్ట్రక్షన్ ఆఫ్ రియాలిటీ ఇన్ ది చైల్డ్" అన్న పుస్తకం రచించారు. మనుషులతో మెలగటంలో నిత్యమూ క్లిష్టతరమయ్యే స్థాయిలలో ఎదుగుతూ పిల్లలు పరిణతిచెంది ప్రౌఢులవుతారు అంటారు ఆయన. ఈ వికాసప్రక్రియలో నాలుగవదశలో, జీవితంలో తొలిదశలో ఉన్న చిన్నారులు అంతానీతిగా న్యాయంగా ఉంటుందని ఆశిస్తారు. ఏ కారణం చేతనైనా వారికి అన్యాయం అనిపించినది అనుభవంలోకి వస్తే, వారు నిరాశతో ఆగ్రహిస్తారు. వాళ్ళు భావోద్వేగపూరితంగా "అది న్యాయం కాదు." అంటారు.

ఒక పరిస్థితివల్ల కలగబోయే ఫలితానికి అంటిపెట్టుకొని ఉండటమంటే అది ప్రతీక్షణ. మనం ఆశించే ఫలితం ముందుగానే నిశ్చయించితే, అంతా మన అధీనంలో ఉంటుందనీ, భవిష్యత్తును మన కోరికప్రకారం అమలుపరచ వచ్చుననీ మన ఆలోచన. కాని భవిష్యత్తులో ఏమి జరుగబోతున్నదో చెప్పటం అసాధ్యం. అందులో ఏదో కొంత అయినా మన ఊహకందదు. ఇక్కడ మీకేమి కావాలో స్పష్టంగా తెలిసి ఉండాలి . కాని అది సాధించే విధానంలో పట్టువిడుపులు ఉండాలి. పరిస్థితులు ఖచ్చితంగా మీరు ఆశించినట్లు ఉండబోతున్నాయని ఆపేక్షించకండి. అప్పుడు మీరు ఆశించినట్లు జరుగకపోతే– సాధారణంగా అదే జరుగుతుంది – మీరు నిరాశ పడరు.

జీవనం, శిక్షణ

పిల్లలు పెరిగి పెద్దవారవుతున్నకొద్దీ, జీవితం కేవలం నలుపూ తెలుపూ కాదని, ఆ రెంటి మధ్యలో అనేక చాయలు ఉన్నాయని గ్రహిస్తారు. వారికి అనేక మిట్టపల్లాలు అనుభవంలోకి వస్తాయి. వారి తల్లిదండ్రుల నిర్ణయాలు కొన్నిసార్లు సవ్యంగా ఉంటాయి, కొన్నిసార్లు ఉండవు.

కాని చాలామంది పిల్లల ఉద్వేగ వికాసం ఒక స్థాయిలో నిలిచిపోతుంది. జీవితం న్యాయంగా, నీతిగా, నిలకడగా, ఊహించదగినదిగా ఉండాలని అపేక్షిస్తారు, అలా ఉండాలని పట్టుపడతారు. అలా నిలబడిపోయిన తర్వాత, వారు పెరిగి పెద్ద అయిన తర్వాతకూడా జీవితం నిలకడగా, తాము

ఆశించినట్లుగా ఉండాలని ఒక హక్కులాగా డిమాండ్ చేస్తారు. అలా జరుగకపోతే వారికి కోపం వస్తుంది, నిరాశ నిస్పృహలకు లోనవుతారు, కుంగిపోతారు.

నిరాశ నిస్పృహలు భరించటం, సహించటం చాలా ముఖ్యమైన గుణం. పిల్లలు ఏదైనా చెయ్యటానికి ప్రయత్నిస్తూ, అది ఎలా చెయ్యటమా అని తర్కవితర్కాలు చేస్తూ ఉంటే చాలామంది తల్లిదండ్రులకు ఆగి చూడుమని చెప్పవలసి వస్తుంది. ఆ సమయంలో పిల్లలు ఆశ నిరాశలు ఎదుర్కొని ఆ సమస్యకు పరిష్కారం కనుక్కోగలగాలి. అలా కాక, తల్లిదండ్రులు హడావిడిగా ప్రవేశించి పరిష్కారం చూపితే, ఆ పిల్లలు నిరాశ నిస్పృహలు సహించటం నేర్చుకోరు. వారి ఆలోచనాశక్తి ఒకస్థాయిలో నిలిచిపోతుంది. సమస్యాపరిష్కారం వారి శక్తిసామర్థ్యాలకు అతీతం అవుతుంది. వారు ఆశించినట్లు జరగకపోతే వారు ఆదుర్దాతో ఆగ్రహావేశ పూరితులవుతారు.

మనుషులు అపరిపక్వ జీవులు అన్నమాట వాస్తవం. ప్రతిఒక్క వ్యక్తి, మనుషులు పనిచేసే ప్రతిఒక్క సంస్థ కూడా అపరిపక్వాలే. మనం అందరమూ తప్పులు చేస్తాం. మనం దుష్టకార్యాలు, అర్థం పర్థం లేని పనులు చేస్తాం. అనాలోచితమైన పనులు, మూర్ఖపు పనులు, క్రూరమైనపనులు చేస్తాం. ప్రపంచం తీరే అంత. ఇప్పుడు అలాగే ఉన్నది. ఇంతకు మునుపుకూడా ఇలాగే ఉన్నది. మరోవిధంగా ఉండాలని ఆశించితే నిత్యనిరంతర నిరాశను, అనుమానాన్నీ ఆహ్వానించటమే.

ఎదుగుతున్న వయసులో చాలామంది ఈ ప్రపంచం ఒక తీరుగా ఉండాలని భావిస్తారు. అలా జరగకపోతే వారు పరిస్థితులకు అనుగుణంగా సర్దుకుపోయి, అలవాటు చేసుకోవటానికి బదులు నిరాశతో కోపంతో నిండిపోతారు. ఈ ప్రపంచం మీద తమ అధికారం చలాయించాలనీ, ఎదటివారు తాము ఆశించినట్లు నడుచుకోవాలనీ వారి నిశ్చయం!

మన ప్రపంచం

ఈ ప్రపంచం నీతిగా, న్యాయంగా ఉండాలనేది ఒక భావన. ఈ నీతి, న్యాయం అన్నవి రోజురోజుకూ మారిపోతూ ఉంటాయి. ఎప్పుడూ నిలకడగా ఉండవు. అందువల్ల విముఖ ఉద్వేగాలు చెలరేగి వ్యక్తిగతజీవితంలో,

రాజకీయరంగంలో, సమాజంలో అసంతృప్తిగా విరుచుకు పడుతుంది. జీవితం న్యాయంగా, ధర్మంగా లేదని అందుకు ఎవరో కారణమని చాలామంది నిత్యమూ విచారంలో మునిగి తేలుతూ ఉంటారు. ఇందువల్ల రెండు విపరీతమయిన విముఖ ఉద్వేగాలకు– అసూయ, నిరసన – దారితీస్తుంది. ఈ రెండు ఉద్వేగాలు ఇందుకు కారణం అనుకున్న నేరస్థుల మీదికి పాముల్లాగా పాకుతాయి.

ఈ అసూయ, నిరసన ఇతరుల పట్ల కలుగుతాయి. కాని ఆ విముఖ ఉద్వేగాలు ప్రదర్శించే వ్యక్తిలో గాఢముగా పాతుకొని ఉన్న అయోగ్యత, న్యూనతా భావాలే ఇందుకు మూలకారణం. అసూయ, నిరసన చేతిలో చెయ్యేసి కవలల లాగా విహరిస్తూ ఉంటాయి. అవి రెండూ పరస్పరం పోషించుకుంటూ, బలపరుచుకుంటూ వర్ధిల్లుతాయి.

మహాపాపం

మహాపాపాలలోకెల్లా మహాపాపం అసూయ. ఆ అసూయ అనుభూతి చెందేవారికి ప్రయోజనం శూన్యం. ఎదటివారిమీద ఒకరు విపరీతమైన అసూయతో ఉండవచ్చు. ఆ కారణంగా లోలోపల వారు కోపంతో మండిపడుతూ ఉండవచ్చు. అదే అసూయ వీధిలో ఎదురైనపుడు ప్రత్యక్ష రామాయణం కావచ్చు. కాని ఆ అసూయ ఎదటివారిని కదిలించలేదు. అసూయతో రగిలిపోతున్నవారికి ప్రయోజనమూ లేదు, ప్రమోదమూ లేదు.

సాధారణంగా ఎవరైనా తల్లిదండ్రులనుంచీ, లేదా మరొకరినుంచీ ఈ అసూయ నేర్చుకుంటారు. సఫలత సాధించినవారు, సంతోషంగా ఉన్నవారు దుర్మార్గులనీ, మోసగాళ్ళనీ నూరిపోయటంవల్ల ఈ గుణం అలవడుతుంది. రాత! కొందరు ఆరోగ్యంగా ఉన్నారు కనుక మిగిలిన వారంతా అనారోగ్యంగా ఉన్నారని చెప్పినట్లు ఉన్నది.

మన సమాజంలో జాతీయ స్థాయిలో, అంతర్జాతీయస్థాయిలో కూడా, సామాజిక రాజకీయ సిద్ధాంతాలు అన్నీ ఈ అసూయలోనుంచి పుట్టినవే. అసూయ చెందేవారు ఎదటివారు బాగుంటే చూడలేరు. బాగున్నవారందరూ అసూయ చెందేవారికి శత్రువులే. సాధారణంగా ఈ శత్రువులందరూ "సంపన్నులు."

సఫలత సాధించే వారందరూ దుర్మార్గులని నిర్వచనం. కనుక కిందికి దించాలి, ఏదోవిధంగా శిక్షించాలి. ఈ అసూయకు సంతృప్తి అన్నమాట తెలియక పోవటం శోచనీయం. మళ్ళీ మాట్లాడితే అది కాలక్రమేణ పెరిగి వికటించుతుంది. అసూయకు గురయినవారిని అది ఏమీ చెయ్యలేదు. కాని అసూయతో రగిలేవారికి తీరని నష్టము, ప్రమాదము కలిగిస్తుంది.

ప్రశంస, అసూయ

ఎదటివ్యక్తిసాధించినది, సంపాదించినది ప్రశంసించటం అసూయ కాదు. ఇతరులకు ఉన్నవస్తువులు వగైరా కోరుకోవటం తప్పులేదు. అప్పుడు మీరు చేసే పని మెరుగుగా చేసి, మేలైన వ్యక్తులుగా ఎదగటానికి మిమ్మల్ని ప్రోత్సహిస్తుంది. ఘనమైన సఫలత సాధించాలనే కోరిక మీలోని ఉత్తమ శక్తిసామర్థ్యాలు వెలికి తెస్తుంది. ఎదటివారి సఫలత, సాధనలు ప్రశంసించటం ఉత్తమ లక్షణం. ఆ అలవాటువల్ల మీ చుట్టూ ఒక సుముఖ శక్తిక్షేత్రం ఏర్పడుతుంది. ఆ శక్తిక్షేత్రం సఫలతకు, విజయాలకు అనువైన అవకాశాలను మీ పరిధిలోకి ఆకర్షిస్తుంది.

ఎదటివారిని చూసి అసూయ పడటం మీరు చెయ్యగలిగిన అతిదరిద్రపు పనులలో ఒకటి. ఇది వికర్షణ న్యాయం. మీరు అసూయ పడినపుడు, మీ చుట్టూ ఒక విముఖశక్తిక్షేత్రం ఏర్పడుతుంది. అది సఫలతను, ఆనందాన్ని మీ జీవితంలోనుంచి బయటికి తోలుతుంది. అనేకమంది జీవితాలలో నిరాశకు, వైఫల్యానికి, విచారానికి ముఖ్యకారణం ఈ సూత్రాన్ని అపార్థం చేసుకోవటమే. ఇతరులను గురించి విముఖంగా ఆలోచించి వారు తమ జీవితాలనే ధ్వంసం చేసుకుంటున్నారు.

నిరసన లోపలినుంచి కబళిస్తుంది

అసూయకు కవల సోదరి నిరసన. ఎదటివారు మనకంటే మేలుగా సాధించారు, లేదా మనకంటే బాగాఉనారు అన్న అనుభూతిలోనుంచి ఈ నిరసన పుట్టుకువస్తుంది. కొన్ని రాజకీయ సిద్ధాంతాలకు శత్రువులు కావాలి. తమ పార్టీ సిద్ధాంతాలు బలపరుచుకోవటానికీ, అవే, అవి మాత్రమే సరియినవని చెప్పటానికీ, వారికి శత్రువులు కావాలి. వారి మాటలువిని మీరు అందులో ఇరుక్కోకండి. ఆ నిరసన ఒక ఊబి.

మీకు మీరు కోరుకునేదే సదా ఎదటివారికి కూడా కోరుకోవటమే ఈ అసూయ, నిరసనలు నిర్మూలించటానికి కీలకం. అవతలివారు ఏదో ఒక విషయంలో మీకంటే మేలుగా ఉంటే వారి సఫలత ప్రశంసించండి, వారికి శుభం కలగాలని కోరండి. అదేస్థాయి సఫలత సాధించాలంటే ఏ రంగంలో వారిని అనుసరించాలో, అనుకరించాలో ఆలోచించండి. ఈ విధంగా ఆలోచిస్తే, మీ చుట్టూ ఒక సుముఖశక్తిక్షేత్రం ఏర్పడుతుంది. ఆ క్షేత్రం నవభావాలను, నూతన వ్యక్తులను, వనరులను మీ జీవితంలోకి ఆకర్షిస్తుంది. ఎదటివారిలో మీరు ప్రశంసించిన సఫలత మీకు కూడా సాధ్యమవుతుంది.

ఇప్పుడు ఈపని చెయ్యండి

సఫలత సాధించిన వ్యక్తులలో మీరు మెచ్చినవారు ఉంటారు. వారిలో ఒకరిద్దరిని ఎన్నుకోండి. ఇప్పుడు మీ జీవితంలో సఫలత సాధించటానికి వారిదగ్గర నేర్చుకోదగినవి ఏమిటో ఆలోచించండి. మీకంటే ఘనమైన సఫలత సాధించినవారిని గురించి ఇకమీదట ఎన్నడూ అసూయ చెందరని, నిరసించరని ఈ క్షణమే శపథం చేసుకోండి.

11

భయంకరమైన ఈ కప్పలను వదిలించుకోండి

జీవితంలో వీలయినంత కాలం ఆనందంగా, సంతోషంగా, ఉద్వేగాలు లేకుండా ఉండటమే మీ ధ్యేయం. ముందడుగువేసి మీరు తలచినదంతా సాధించనీయక మిమ్మల్ని పట్టిఉంచే పాతసామాను ప్రస్తుతం మీరు చాలా మోస్తున్నారు. ఆ పాతఇనప సామానుభారం మీరు వదిలించుకోవాలి.

సఫలతకు, ఆనందానికి అతి ముఖ్యమైన సూత్రం క్షమా న్యాయంలో ఉన్నది. మీరు ఎంత స్వేచ్ఛగా క్షమించి మర్చిపోయి, విముఖ అనుభవాలను విడుదల చేస్తారో, మానసికంగా మీరు అంత ఆరోగ్యంగా ఉన్నారు అంటుంది క్షమాన్యాయం. అంటే దౌర్భాగ్యపు అనుభవాలనుంచి మీరేమీ విలువైన పాఠాలు నేర్చుకోలేరని భావం కాదు. కాకపోతే మీరు బియ్యాన్నీ ఊకనూ వేరుచేస్తారు. అందులో నేర్చుకోదగినది మనసులో ఉంచుకుంటారు. మిగిలినది గాలికి వదిలేస్తారు. ఒకసారి జాన్ కెన్నెడీ "మీ శత్రువులను క్షమించండి. కాని వారి పేర్లు ఎన్నటికీ మరవకండి." అన్నారు.

> మీ మనసులో ఆనందంతో మెరిసే అపేక్షల చిత్రం చిత్రిస్తే, మీ లక్ష్యానికి అనువైన స్థితికి చేరుతారు
>
> **– నార్మన్ విన్సెంట్ పీలే**

దాదాపు అన్ని మతాలూ క్షమ మనశ్శాంతికి కీలకం అని బోధిస్తాయి. క్షమించలేకపోతే మీ ఆనందము, సంతృప్తి

అధమస్థాయిలో ఉంటాయి. గతంలో కలిగిన గాయాలు మరువకపోతే, సంవత్సరాలు గడుస్తున్నా మీరు వెనకనే మిగిలి పోతారు.

మీకు విచారం కలిగించే ఆగ్రహాలోచన, బాధ స్థానంలో ఒక క్షమాపూర్వకమైన ఆలోచనకు తావు ఈయటానికి నిశ్చయించుకోండి. ఆ ఆలోచన మిమ్మల్ని ఆగ్రహం, బాధనుంచి విడుదల చేస్తుంది. ప్రత్యామ్నాయ న్యాయం చెప్పేది అదే.

మనసు – రెండు సంవిధానాలు

ఇక్కడే ఒక తిరకాసు ఉన్నది: మీ మెదడులో సఫలకు ఒక సంవిధానము, వైఫల్యానికి మరొక సంవిధానము ఉన్నాయి. మిమ్మల్ని గురించీ, ఇతరులను గురించీ మీరు సుముఖంగా, ప్రేమగా, క్షమాగుణంతో ఆలోచిస్తే, మీ లక్ష్యాలమీద ఏకాగ్రం చేస్తే సఫలతా సంవిధానం ఊపిరి పోసుకుంటుంది. ఈ సుముఖ ఆలోచనలకు మీ సచేతనమైన, నిరంతర, ప్రయత్నపూర్వకమైన ప్రయత్నం అవసరం. అవి మీ ఉద్దేశంతోనే జరుగుతాయి. యాదృచ్ఛికంగా జరుగవు.

మీకు ఏమికావాలో ఆలోచించటం మానిన మరుక్షణం మీ వైఫల్య సంవిధానం కార్యరంగంలోకి దిగుతుంది. అదే దురదృష్టం. అంటే మీరు ప్రయత్నపూర్వకంగా ఆనందం కలిగించే ఆలోచనలు చెయ్యకపోతే, మీ మనసు మీకు విచారం కలిగించే విముఖ ఆలోచనలలోకి దిగజారుతుంది.

మీ మనసుకు సుముఖ ఆలోచనలమీద చరించే శిక్షణ ఇస్తే, క్రమంగా అది మీ సహజ ఆలోచనా విధాన మవుతుంది. ఇది అదృష్టం. సుముఖ ఆలోచన అలవాటయితే, మీరు మిమ్మల్ని గురించీ, మీ జీవితాన్ని గురించీ అశావాదులవుతారు.

ఇప్పుడు ఈపని చెయ్యండి

ఒకరోజు మీతో ఒక చిన్న నోట్ బుక్ తీసుకు వెళ్ళండి. మీకు ఒక విముఖ ఆలోచన కలిగినప్పుడల్లా ఆగండి. ఒక సుముఖ ఆలోచనతో ఆ విముఖ ఆలోచన రద్దు చెయ్యండి. ఆ విషయం మీ నోట్ బుక్ లో నోట్ చేసుకోండి. ఇలా

మీరు ఎన్నిసార్లు చెయ్యవలసి వస్తుందో చూడండి. ఆ విముఖ ఆలోచనకు మేత వెయ్యకపోతే మీకు కలిగే అనుభూతులు ఏమిటో గమనించండి.

చాలామందికి తమ విముఖ ఆలోచనలకు స్వయంచాలకంగా మేత మేపటం అలవాటు. వారి నిరాశలనుంచి తప్పుకొవటానికి, భావోద్వేగాలవల్ల కలిగే బాధ తప్పించుకోవటానికి వారికి ఇది ఒక మార్గం. ఇది అనుభవంతో నేర్చుకున్న అలవాటు. మీ స్పందనలు ప్రయత్నపూర్వకంగా మార్చుకుంటే ఈ అలవాటు మానుకోవచ్చునన్నది శుభవార్త.

క్షమ ఆవశ్యకత

ఎవరో ఒకరు ఏనాడో ఒక తప్పు చేశారని, లేదా మీకు ఏదో అన్యాయం చేశారని మీ భావం. ఈనాటికీ మారు వారిని క్షమించలేదు. ప్రస్తుతం మీ చింతాశోక పరిస్థితికి ముఖ్య కారణం అదే.

పసితనంనుంచి వయోజనులుగా ఎదగాలంటే క్షమాపణ అభ్యసించటం అత్యవసరం. మీరు క్షమించినపుడు మీరు మిమ్మల్నే కాక ఎదటి వ్యక్తినికూడా విముఖ ఉద్వేగాలనుంచి, నేరస్వభావంనుంచి తప్పిస్తారు విడుదల చేస్తారు. ఇంతకాలము మోస్తున్న భారం వదిలించుకుంటారు. మీ భవిష్యత్తుస్వంతం చేసుకోవటానికి మీ సంభావ్యశక్తి ఉసికొలిపి వదులుతారు.

ఆనందానికి, సంతోషానికి, అంతరంగశాంతికి క్షమాగుణం కీలకం. మీరు పరిణతవ్యక్తిగా ఎంతవరకూ ఎదిగారు అనటానికి ఇతరులను క్షమించగల మీశక్తి దృష్టాంతం. దేనికీ ఎవరిపట్లా కోపంరాని స్థితికి చేరిన వారే యుగయుగాలుగా మహోన్నత వ్యక్తులు. మీ లక్ష్యం కూడా అదే కావాలి.

క్షమాగుణం పూర్తిగా వ్యక్తిగతం

ఎదటివారిని క్షమించటం అంటే వారి ప్రవర్తన ఆమోదించటం, లేదా వారి దయారహితము, క్రూరము అయిన చేష్ట క్షమించటం అని కొందరి అభిప్రాయం. వారు చేసినపని హానికరము, బాధాకారము అయి ఉన్నాకూడా,

క్షమించటం వల్ల, నిజానికి ఎదటివారిని గాలంనుంచి విడిపిస్తున్నామని, స్వేచ్ఛగా వదిలివేస్తున్నామనీ వారి అనుభూతి.

కాని అసలు కిటుకు ఇక్కడ ఉన్నది: క్షమకూ ఎదటివారికి ఎటువంటి సంబంధము లేదు. ఆ క్షమ మీకు సంబంధించింది. క్షమ పూర్తిగా స్వార్థపరమైన పని. ఎదటివారిని క్షమించినందువల్ల మీరు వారిని విడుదల చెయ్యబోవటంలేదు. మిమ్మల్ని మీరు విడుదల చేసుకుంటున్నారు.

క్షమించటానికి మీరు నిరాకరిస్తే, ఎదటివారికి పొయ్యేదేమీ లేదు. మీలో రగులుతున్న కోపం మిమ్మల్నే దహించి వేస్తుంది, కుంగదీస్తుంది. నిజానికి మీరు ఎవరిమీదనైతే ఆగ్రహించారో, ఆ వ్యక్తికిమీరు ఇంకా ఆ కోపంలోనే రగిలి పోతున్నారనీ, ఆ కోపం మిమ్మల్ని దహించివేస్తున్నదనీ తెలిస్తే, బహుశ వారు ఆనందిస్తారేమో. మీకు కావలసింది అదేనా?

జీవితంలో మీ బృహత్ సమస్యలు

జీవితంలో 85 శాతం సమస్యలు మన బాంధవ్యాలనుంచి సంభవిస్తాయి. మీ విముఖ ఉద్వేగాలు అన్నీ, ముఖ్యంగా మీ కోపానికీ, నేరానికీ సంబంధించినవి, ఎదటివారితో ముడిపడి ఉన్నాయి. ఎవరినైనా "మీ జీవితంలో ఈనాడు అతి పెద్ద సమస్య, చింత, ఆందోళన ఏమిటి?" అని అడిగి చూడండి. వారి సమాధానాలు ఎప్పుడూ ఎదటివారిని గురించే, వారు ఏమిచేశారు, లేకపోతే ఏమిచేస్తున్నారు అన్నదే.

జిమ్ న్యూమన్ PACE(Personal And Corporate Effectiveness) అన్న శీర్షికన ఒక మూడునాళ్ళ సెమినార్ నిర్వహించేవారు. ఇది వ్యక్తిగత ప్రభావం చూపి ఎదగటానికి ఉద్దేశించిన సెమినార్. ఆ సెమినార్‌లో ఆయన మన అందరికీ చాతీ మీద ఆకుపచ్చ బటన్లు, ఎర్ర బటన్లు ఉన్నాయంటారు. ఆకుపచ్చ బటన్లు నొక్కితే ఆనందకరమైన జ్ఞాపకాలు మెదులుతాయి. ఎర్ర బటన్లు నొక్కితే విచారకరమైన జ్ఞాపకాలు మెదులుతాయి. అలవాటుకొద్దీ మీరు ఆకుపచ్చ బటన్ నొక్కితే మీరు ఆనందంగా నవ్వుతారు. ఎర్ర బటన్ నొక్కితే మీకు కోపం వస్తుంది ఎవరో ఒకరిమీద విరుచుకు పడుతారు.

ఆకుపచ్చ బటన్లు మధుర స్మృతులకు, మీరు ప్రేమించి ఆనందించే మీ ఆప్తులకు (మీ భార్య, పిల్లలు వగైరా) తగిలించి ఉన్నాయి. ఎర్ర బటన్లు మీ మనసు కష్టపెట్టిన వారికి, తలుచుకుంటేనే మీకు కోపం తెప్పించేవారికీ తగిలించి ఉన్నాయి.

పూర్వ సన్నాహం

మీ ఉద్వేగాలు పూర్తిగా మీ అదుపులో ఉండాలంటే, ఎర్రబటన్ నొక్కినపుడల్లా విముఖ ఆలోచనకు బదులు ఒక సుముఖ ఆలోచనచేసే అలవాటు నేర్చుకోవాలి. ఇందుకు మీరు ముందుగానే సంసిద్ధులు అయి ఉండాలి. ఇది జిమ్ బోధన.

మీ ఉద్వేగాలు అనూహ్యమైన వేగంతో పనిచేస్తాయి. ఒక విముఖ స్మృతితో అవి చెలరేగినపుడు మీరు వాటిని అదుపు చెయ్యలేరు. మీరు ముందుగానే సంసిద్ధులై ఉండాలి. "ఆ వ్యక్తిని తలుచుకున్నపుడు అతన్ని ఆశీర్వదిస్తాను, క్షమిస్తాను, వదిలేస్తాను." అని మీకు మీరు చెప్పుకోండి. అందువల్ల మీరు సంసిద్ధులుగా ఉంటారు.

మన్నింపుకు "పరమాత్మ వారిని ఆశీర్వదించాలి, నేను ఆయనను క్షమిస్తాను, వారికి శుభం కలగాలని ఆశిస్తాను." లేదా " పరమాత్మ ఆమెను ఆశీర్వదించుగాక. నేను ఆమెను క్షమిస్తాను, ఆమెకు శుభం కలగాలని ఆశిస్తాను.' అని చెప్పటమే కీలకం అని కనుక్కున్నాం.

మీరు ఎవరికోసం ప్రార్థిస్తున్నారో, ఎవరి శుభం కోరుతున్నారో వారిమీద కోపగించటం అసాధ్యం. ఈ ఆలోచనలు పునశ్చరణ చేసిన కొద్దీ మీ ఉద్వేగాలు మెరుగుపడతాయి. వెంటవెంటనే ఆ వ్యక్తిపట్ల మీ విముఖ ఉద్వేగాలు ఆగిపోతాయి. ఇంతకు మునుపు ఆ ఆలోచన, ఆ చిత్రము మీకు కోపంతెప్పించేవి. ఇప్పుడు మీ స్పందన పూర్తిగా తటస్థం అవుతుంది. మీకు ఎటువంటి అనుభూతులూ కలగవు.

అప్పటినుంచి ఆ పేరు వినబడినా, ఆ వ్యక్తి చిత్రం మదిలో మెదలినా మీరు సరళంగా "పరమాత్మ వారిని ఆశీర్వదించాలి. వారిని క్షమిస్తాను, వారికి శుభం కలగాలని కోరుతాను." అనుకుంటారు. ఆ పనిచేస్తే, మిమ్మల్ని మీరు విడుదల చేసుకుంటారు, మీ అద్భుత జీవితంతో ముందుకు సాగుతారు.

మన్నింపు కళ

మన్నించే నైపుణ్యమే మీ భవిష్యత్తుకు కీలకం. ఇకనుంచి, ఇప్పటికీ మీకు కోపం తెప్పించేవారు ఎవరైనా మదిలో మెదిలితే, అద్భుతమైన మీ తెలివితేటలు ప్రయోగించి వారిని క్షమించి వదిలివేయటానికి కారణాలు వెతకండి. మిమ్మల్ని నొప్పించటానికి ఆ వ్యక్తి చేసిన తెలివిమాలిన చేష్టలు గుర్తు చేసుకునే బదులు ఆయనను ఆశీర్వదించి, క్షమించి వదిలేయండి. త్వరలోనే ఇది ఒక అలవాటు అవుతుంది. మీ వ్యక్తిత్వం మెరుగుపడుతుంది.

గతంలో ఏదో జరిగింది, దానిని మార్చటం అసంభవం. దాని గురించి ఆగ్రహించటానికి తెలివితేటలూ ఏవీ అవసరం లేదు. గతాన్ని ఆశీర్వదించి, క్షమించి మర్చిపోవటానికి మంచి తెలివితేటలూ, పరిపక్వమైన వ్యక్తిత్వమూ కావాలి.

ఇప్పుడు ఈ పని చెయ్యండి

గతంలో మిమ్మల్ని కొందరు నొప్పించారు. వారిని మీరు ఇంకా క్షమించలేదు. వారిమీద మీకు ఇంకా కోపంగా ఉన్నది. అటువంటివారివి మూడు నాలుగు పేర్లు వరసగా వ్రాయండి. ఇప్పుడు ఒక్కొకరి పేరూ చూస్తూ "ఇది నేను వదిలివేస్తున్నాను. జరిగినదానికి నేను ________ను క్షమిస్తున్నాను." అని స్వగతం చెప్పుకోండి. ఇలా అన్న తర్వాత మీ అనుభూతి ఎంత సుముఖంగా మారుతుందో గమనించండి.

క్షమించవలసిన నాలుగు రకాల వ్యక్తులు

సెమినార్లలో క్షమాగుణాన్ని గురించి ప్రసంగించినపుడు మన్నింపు మంచిదేనని అందరూ అంగీకరిస్తారు. అందరూ తలలాడించి నవ్వుతారు. తమను నొప్పించినవారిని క్షమించబోతున్నామని చెబుతారు. కాని వారు క్షమించవలసిన వ్యక్తుల పేర్లు చెప్పేసరికి ఉద్వేగాలు అడ్డుపడతాయి. వారు ముడుచుకు పోతారు.

మీకు అసలైన ఆనందం కావాలంటే మీరు నాలుగు రకాల వ్యక్తులను క్షమించటం నేర్చుకోవాలి. వారు మీ తల్లిదండ్రులు, మీ ఆప్త బంధువులు, మిగిలిన వారందరూ, మీరు.

మీ తల్లిదండ్రులు

మీరు క్షమించవలసిన తొలి వ్యక్తులు మీ తల్లిదండ్రులు. వారు ఎదుగుతున్న సమయంలో వారి తల్లిదండ్రులు ఏదో చేశారు, లేదా ఏదో చెయ్యలేదు. ఆ విషయంలో వారు ఇంకా కోపంగానే ఉన్నారు. తమ తల్లిదండ్రులు ఒక విధంగా ప్రవర్తిస్తారని వారు ఆశించారు. కాని వారి తల్లిదండ్రులు అందుకు భిన్నంగా మరేదో చేశారు.

మీరు ఎంతకాలం కినుక వహిస్తారు? ఆర్లాండోలో జరిగిన సెమినార్లో బ్రయాన్ ఆ సెమినార్లో పాల్గొన్న బిల్ తో లంచ్ చేశారు. బిల్ తన మాజీ భార్యను గురించి బ్రయాన్ కు చెప్పారు. ఇరవై సంవత్సరాలు కాపురం చేసిన తర్వాత అయన ఆమెతో విడిపోయారు. ఆమె పూర్తిగా విముఖ మనస్తత్వం, ఎప్పుడూ కోపమే, ఎప్పుడూ ఫిర్యాదులే. అటువంటి వ్యక్తితో జీవితం గడపటం తన అభిమతంకాదని నిర్ణయించుకున్నారు.

గతవారం బిల్ తన మాజీ భార్యతో కలిసి లంచ్ చేసిన విషయం చెప్పారు. ఆమె విముఖత్వం తనకు నచ్చలేదనీ, ఆమె నిత్యమూ ఎదటివారిని నిరంతరమూ విమర్శించటము, తన జీవితాన్నీ, వృత్తినీ గురించిన ఫిర్యాదులూ ఇవన్నీ తనకు గిట్టవని చెప్పారు.

“నేను కిశోరప్రాయంలో ఉన్నపుడు మా అమ్మ నన్ను పెంచినట్లు మీ అమ్మ పెంచి ఉంటే, మీరు కూడా నాలాగానే విముఖంగా తయారయ్యేవారు.' అని ఆమె ప్రతిస్పందన.

“సూసన్, నువ్వు మీ అమ్మతో కలిసి ఉండి ఇరవై అయిదు ఏళ్ళు దాటింది. ఇప్పుడు నువ్వు పెరిగి పెద్దదానివి అయ్యావు. నీ సమస్యలకు కారణం ఆమేనని ఇంకా ఎంతకాలం వాపోతావు?” బిల్ అడిగారు.

ఈ ప్రశ్న మీకు కూడా ముఖ్యమైనదే. ఎన్నడో జరిగిన దానిని గురించి మీ కోపం ఎంతకాలం కొనసాగుతుంది?

బందిఖానా: చాలామంది ఇంకా ఆ బందిఖానాలోనే మగ్గుతున్నారు. ఎన్నో ఏళ్ళక్రితం జరిగిన విషయానికి వారు తల్లిదండ్రులమీద ఇంకా కోపంగానే ఉన్నారు. కొన్నిసమయాలలో మనుషులు వారి తల్లిదండ్రులు చనిపోయిన తర్వాతకూడా వారిమీద కోపంగా ఉంటారు. ఆ కారణంగా వారు మనసులో ఎన్నటికీ పిల్లలుగానే ఉంటారు. వారి దృష్టిలో వారు సదా దాసులుగానే కన్పిస్తారు. వారికి కోపము, నిరాశ, నిస్పృహలు ఎక్కువ. తమ భాగస్వామితో, పిల్లలతో తమ బాంధవ్యాలు తరుచు భగ్నం చేసుకుంటూ ఉంటారు.

మీరు ఎదుగుతున్న వయసులో మీ తల్లిదండ్రులు మిమ్మల్ని తమమాటలతో, పనులతో ఏవిధంగా నొప్పించి ఉన్నా, మీ తల్లిదండ్రులు ఇప్పుడు ఉన్నా లేకపోయినా, అదే ఊళ్ళో ఉన్నా, దూరాన ఉన్నా మీరు వారిని అన్నివిధాల క్షమించాలి. "పరమాత్మ వారిని కరుణించాలి, నేను వారిని క్షమిస్తాను, వారికి శుభం కోరుతాను." అని చెప్పాలి.

వారిబాల్యంలో వారికి ప్రాప్తించిన పెంపకం ద్వారా పెరిగిన ఫలాలు వారు. (వారి తలిదండ్రులూ అంతే. మీ ముత్తాత, ముత్తవల పెంపకానికి ఫలాలు). వారు చేసినదానికిమించి మరేమీ చేయ్యగలిగేవారు కారు. మిమ్మల్ని మరో విధంగా పెంచి ఉండగలిగేవారు కాదు.

మీరు పరిపూర్ణులు కారు కదా! అలాగే మీ తల్లిదండ్రులూ పరిపూర్ణులు కారు. వారి భయాలూ, సందేహాలు వారికి ఉన్నాయి. వారు తప్పులు చేశారు. పనికిమాలిన పనులు, మూర్ఖపు పనులు, క్రూరమైన పనులు, మతిలేని పనులు ఎన్నో చేశారు. అతి సద్బుద్ధితోనే మిమ్మల్ని ఈ లోకంలోకి తీసుకు వచ్చారు. వారికి తెలిసినంతమటుకు వారికి సాధ్యమైనంత మంచినే చేశారు.

మీ తల్లిదండ్రులు చేసిన దానికో చెయ్యనిదానికో మీకు చిరాకుగా ఉన్నది. వారి మాటగాని, చేతగాని మీకు బాధ కలిగించింది అని తెలిస్తే వారు చెప్పరానంత బాధపడతారు అని తెలుసుకోండి. ఒకవేళ తెలిసి ఉంటే వారు ఎన్నటికీ అలా చేసి ఉండేవారు కారు. జరిగినదంతా వారికి తెలియకుండానే జరిగి పోయింది. మీకు పిల్లలు ఉన్నారనుకోండి. మీ పిల్లలు వచ్చి మీరు వారిని నొప్పించారు అని చెబితే మీరు ఎలా ఫీల్ అవుతారో ఊహించండి. మీకు ఆశ్చర్యం కలగవచ్చు. కావాలని మీరు మీ పిల్లలను ఎన్నడూ నొప్పించరు కదా! మీ తల్లిదండ్రులూ అంతే.

గాలం వదలండి: మిమ్మల్ని పెంచుతున్న సమయంలో వారు చేసిన ప్రతిఒక్క తప్పూ మీరు పూర్తిగా మన్నించాలి. వారిని ఆ గాలంలోనుంచి విడుదల చెయ్యండి. మీ తల్లిదండ్రులను క్షమించి విడిచిపెట్టినపుడే మీకు విడుదల లభిస్తుంది. మీ తల్లిదండ్రులను పూర్తిగా క్షమించినపుడే, మీరు ఎదిగి పెద్దవారవుతారు.

బ్రయాన్ సెమినార్లో పాల్గొన్న ఒక వ్యక్తి మొదటిరోజు కార్యక్రమం ముగిసిన తర్వాత తల్లిదండ్రుల ఇంటికి వెళ్ళారు. మొదటిరోజు కార్యక్రమంలో పైన చెప్పిన సూత్రాలు తెలుసుకున్నారు. అప్పుడు ఆయన వయసు ముప్ఫయి అయిదు సంవత్సరాలు. ఆయన పదిహేను సంవత్సరాల వయసులో ఉన్నపుడు తండ్రి చేసిన దేనికో ఆయన ఇంకా కోపంతో మండిపోతున్నారు. రగులుతున్న ఆ కోపం ఆయన భార్యా పిల్లలతో బాంధవ్యాన్ని ఛిద్రం చేస్తున్నది. అది మనసులోనుంచి తీసేయ్యాలి.

ఆయన గుండె దడదడలాడుతున్నది. కాని ధైర్యం చేసి తండ్రి దగ్గరికి వెళ్లి "నాన్నా, నాకు పదిహేను ఏళ్ల వయసు లో మీరు ఏం చేశారో గుర్తు ఉన్నదా? అందుకు మిమ్మల్ని పూర్తిగా క్షమిస్తున్నానని చెప్పటానికి వచ్చాను. దానితోబాటు నా బాల్యంలో మీరు చేసిన ప్రతి ఒక్క తప్పూనూ క్షమిస్తున్నాను. మీరంటే నాకు ఎంతో ప్రేమ."

ఆయన తండ్రి చిరచిరలాడే కఠిన వ్యక్తి. ఆయన కొడుకు కళ్ళలోకి చూస్తూ చిరాకుగా "నువ్వు ఏమంటున్నావో నాకు తెలియదు. నీచేత క్షమించబడాల్సిన అపరాధం నేనేమీ ఎన్నడూ చెయ్యలేదు." అని గర్జించారు.

కొడుకు తండ్రిని విస్మయంతో చూశాడు. ఆయన దిమ్మతిరిగి పోయింది. తన తండ్రికి ఆ పని చేసిన ఎరిక కూడా లేదు! ఆ విషయాన్ని గురించి తను ఇరవై సంవత్సరాలుగా ఆగ్రహంతో తలకిందులవుతూ వచ్చాడు. ఆయన తల విదిల్చాడు. తండ్రితో కరచాలనం చేసి శలవు తీసుకున్నాడు. ఆయన రాత్రి చీకటిలోకి నడిచాడు. ఎంతో భారం తొలిగిపోయినట్లు హాయిగాగాలిలో తేలిపోతున్నట్లు ఆయన బయటికి నడిచాడు.

ఉత్తరం వ్రాయండి, లేదా మాట్లాడండి: మీ తల్లిదండ్రులతో మీ బాంధవ్యం దుర్భరంగా ఉన్నది. వారు ఇద్దరూ ఇప్పుడు జీవించే ఉన్నారు. మీరు పెరుగుతున్నపుడు మీకు బాధ, దుఖం కలిగించిన ప్రతి ఒక్క సంఘటన ఏకరువు

పెడుతూ మీరు వారికి ఒక ఉత్తరం వ్రాయవచ్చు. మీ ఉత్తరం "మీరు చేసిన ఈ కింది పనులకు మిమ్మల్ని నేను క్షమిస్తున్నాను." అని మొదలుపెట్టి ఉత్తరం చివర, "అన్నిటికీ మిమ్మల్ని నేను మనస్ఫూర్తిగా క్షమిస్తున్నాను. మీరంటే నాకు అమిత ప్రేమ. మీకు సదా శుభం కలగాలని ఆశిస్తూ..." అని ముగించవచ్చు. మీ తల్లిదండ్రులు ఇప్పుడు లేకపోయినా ఈ అభ్యాసం సహాయకారి అవుతుంది.

మీరు తల్లిదండ్రులతో సంపర్కంలో ఉంటే వారితో కూర్చొని వారు చేసిన పనులకు కారణం తెలుసుకుంటే మీకు కొంత ఊరట లభించవచ్చు. ఆ సంఘటనను గురించి మీ దృక్పథం మారటానికి సహాయపడవచ్చు. తల్లిదండ్రుల ఆలోచనలు, ఉద్దేశాలు తెలుసుకుంటే పరిస్థితులను గురించి మన అనుభూతులు పూర్తిగా మారిపోవచ్చు. మనం నింద కాకుండా మన ఉత్సుకత చూపించాలి. లేకపోతే మీ తల్లిదండ్రులు దండయాత్రకు భయపడి ఆత్మరక్షణకు దిగవచ్చు.

తల్లిదండ్రులతో మాట్లాడటానికి ప్రయత్నించేటపుడు తమ అనుభవాలతో మొదలు పెట్టుమని క్రిస్టినా తన క్లయంట్లకు నేర్పుతూ ఉంటుంది. ఉదాహరణకు, "నేను కొంచెం ఆత్మశోధన చేసుకుంటున్నాను. ________________ గురించి నాకు ఇలా అనుభూతి కలిగింది. ________________ జరిగినపుడు ఇలాంటి అనుభూతి కలగటం నాకు గుర్తు. అప్పుడు ఏమి జరిగిందో ఒకసారి చెబితే, నాకు మనసు కుదుట బడుతుందనుకుంటాను." అని చెప్పవచ్చు. అంతా మీమీద వేసుకోండి. వారిని వేలెత్తి చూపకండి.

క్రిస్టినాకు ఒక స్నేహితురాలు ఉన్నది. తల్లిదండ్రులకు తనకంటే తన చెల్లెలంటే ప్రేమ ఎక్కువ అని ఆమె అనుభూతి. వారు ఆమె సోదరిని వేరుగా చూస్తారు. ఆమెతో వారికి సన్నిహిత బాంధవ్యం ఉన్నట్లు తోస్తుంది. ఆమె బాల్యంనుంచీ తన తల్లిదండ్రులు తన సోదరిని ముద్దుచేసిన విధానానికీ, తనను ముద్దుచేసిన విధానానికీ మధ్య చాలా వ్యత్యాసం గమనిస్తూ ఉండేది.

తల్లిదండ్రుల ఆమోదం పొందటానికి ఆమె ఇంకా శ్రమపడి పని చేయవలసి వచ్చేది. ఆమె సోదరికి ఇచ్చినంత స్వతంత్రం తనకు ఉండేది కాదు. కాలం గడుస్తున్నకొద్దీ ఆమె వేదన ఇంకా ఇంకా పెరిగి పోతున్నది. తల్లిదండ్రులు తమను ఇద్దరినీ సమానంగా ఎందుకు చూడటంలేదో, తనవల్ల జరిగిన అపరాధమేమిటో ఆమెకు అర్థం కాదు. తన సోదరికి చేసిన సహాయ

సహకారాలు తనకు ఎందుకు చెయ్యరో నేరుగా అడిగెయ్యాలని ఒకరాత్రి నిశ్చయించుకున్నది. వారు తనను సోదరితో సమానంగా ప్రేమించకపోవటానికి తను చేసిన అపరాధమేమిటో తలుసుకోవాలని ఆమె ఆరాటం.

ఇద్దరు కూతుళ్ళనూ వేరువేరుగా చూస్తున్నారన్న ఆలోచనతో తల్లిదండ్రులు ఇద్దరూ అవాక్కయి అప్రతిభులయారు. కూతుళ్ళు ఇద్దరినీ ముమ్మాటికీ ఒకేతీరుగా చూసినట్లు వారి దృఢవిశ్వాసం. ఒకకూతురు మనసు ఎందుకు నొచ్చుకున్నదో వారికి ఎంతమాత్రమూ అర్ధం కాలేదు. ఆమె తిరిగి ఇంటికి వెళ్తూ, తన తల్లిదండ్రులు ఇద్దరు కూతుళ్ళనూ వేరువేరుగా చూసినట్లు ఒప్పుకోరనీ, వారు ఒప్పుకోబోవటం లేదనీ తెలిసి గ్రహించింది. కాని తన అనుభూతులు స్వేచ్ఛగా వెలిబుచ్చిన తర్వాత ఆమెకు చెప్పరానంత ఊరట కలిగింది. స్వేచ్ఛ దొరికినట్లు అనుభూతి కలిగింది. తన ఆరోపణలు వారు ఒప్పుకోలేదు. కాని తను చెప్పినదంతా ఓపికగా విన్నారు. ఆమెకు కావలసినదంతా అదే.

కొన్నిసార్లు మీ విషాద అనుభూతులు ముఖాముఖి చూసి, గుండెలోనుంచి ఆ బరువు దించితే అంతవరకూ మిమ్మల్ని వేధిస్తున్న కోపం దూరమవుతుంది.

ఒకసారి మీ తల్లిదండ్రులను క్షమించిన తర్వాత, మీరు ఒక పెద్ద అంగ ముందుకు వేస్తారు. జీవితంలో చాలాకొద్దిమంది చేసే పని మీరు చేశారు! తల్లిదండ్రులను క్షమించటం అన్న ఆలోచనతోనే మీ జీవితం స్వేచ్ఛామయం అయిపోయింది. మీరు ఆనందంగా మనశ్శాంతి అనుభూతి చెందుతారు. మానసికంగా, ఉద్వేగపరంగా మీరు బాల్యం నుంచి వయోజనులుగా ఎదుగుతారు.

సన్నిహిత బాంధవ్యాలు

ఇప్పుడు మీరు క్షమించవలసింది గతంలో మీతో సన్నిహిత బాంధవ్యాలు కలిగి ఉన్నవారిని. సన్నిహిత బాంధవ్యాలు మనల్ని ఎదటివారికి లోకువ చేస్తాయి. ఆప్యాయత, ఉత్సాహ ఆవేశాలతో మనం మనసు విప్పి మాట్లాడుతాం. ఉద్రిక్త పూరిత క్షణాలలో మనం స్వేచ్ఛగా నోరువిప్పి దాపరికం లేకుండా మాట్లాడుతాం.

ఒక కాల్పనిక బాంధవ్యం తెగిపోయినపుడు, మనలను ఎన్నో విముఖ ఉద్వేగాలు చుట్టుముడతాయి. మనం ఈర్ష్య, నిరసన అనుభూతి చెందుతాం. మనం సమర్థించి తర్కించుతాం. మనం నిందలుమోపి, విమర్శించి, నేరాలు అంటగడతాం. మన ఉద్వేగాలు అదుపులో లేకపోతే, మనకు పిచ్చెత్తినట్లు అవుతుంది. మన ఉద్వేగ జీవితాలు చీకటి కూపంలోకి దూకినట్లు అవుతుంది.

ఇక్కడ కూడా ఈ విముఖ ఉద్వేగాలు అదుపుచెయ్యటానికి, ఏదోవిధంగా పరిస్థితి చక్కబెట్టటానికి, జీవితంలో ముందుకు సాగటానికి మీరు అద్భుతమైన మీ మనసు ఉపయోగించాలి.

ఎందుకు పట్టుకు వేలాడుతున్నారు? ఎదటివారినుంచి మీరు ఏదో ఆశించితే తప్ప, ఎవరికీ మీమీద అధికారం ఉండదు. మానసిక శాస్త్రంలో దీనిని "అసంపూర్తి వ్యాపారం" అంటారు. మనం గతబాంధవ్యం తలుచుకుంటే కోపం వస్తుంది, కల్లోలం అవుతాం. ఆ బాంధవ్యంలో ఒకటి రెండు పేచీలు పరిష్కారం కాకుండా నిలిచిపోయాయి. ఆ కోపానికీ, కల్లోలానికీ అదీ కారణం. ఈ అసంపూర్తి వ్యాపారాలలో అత్యంత దుస్థితి ఏమిటంటే, ఇద్దరిలో ఒకరు ఇంకా ప్రేమలో ఉన్నారు. ఆ బాంధవ్యం పునరుజ్జీవం చెయ్యాలని ఆశపడుతున్నారు. అవతలి వ్యక్తి మాత్రం భావావేశాలు అన్నీ తెంచివేసుకుని గతభాగస్వామితో భావోద్వేగాలు తెగతెంపులు చేసుకున్నారు. ఇప్పుడు ఆ ప్రేమలో వేలాడుతున్న వ్యక్తిలో కోపము, నేరము, అపాత్రత, యోగ్యత, అనాకర్షణ, న్యూనత అన్నీ మెలికలు తిరిగి పెనవేసుకొని కొండంత అవుతాయి.

గత బాంధవ్యంతో క్షమాగుణం అమలు పరచాలంటే, జరిగినదానికీ, జరగనిదానికీ బాధ్యత అంగీకరించటమే మార్గం. అవతలివారిని తప్పుపట్టటానికి బదులు, ఈ బాంధవ్యంలో తలదూర్చటానికీ, అందులో కొనసాగటానికీ మీరే బాధ్యులని అంగీకరించాలి. ఈ బాంధవ్యం సరిగాలేదని, అందులో కొనసాగటం సబబు కాదని మీకు కొంతకాలంగా తెలుసు. అందులోనుంచి ఎప్పుడో బయటపడి ఉండవలసిందని కూడా మీకు చాలాకాలం క్రితమే తెలుసు.

ఇంతకుమునుపు మనం కొన్నివేల జంటలను గురించి జరిగిన అధ్యయనం చదివామని గుర్తు తెచ్చుకోండి. ఆ జంటలు అన్నీ పెళ్ళికి ముందు వివాహసలహాదారుల దగ్గరికి వెళ్ళాయి. వారిలో 38 శాతం జంటలలో ఒకరు

లేదా ఇద్దరూను ఎదటివారితో వివాహం తమకు ఇష్టంలేదని చెప్పినవారే. తాము పొరబాటు చేసినట్లు వారి అనుభూతి. అయినాకూడా వారు ఆ పెళ్లి చేసుకున్నారు. ఎందుకు? వారి కుటుంబాలు, మిత్రులూ ఆ ఇద్దరికీ పెళ్లి జరుగుతుందని ఆశిస్తున్నారు కనుక!

కనీసం ఒక్కరినైనా సంతోషపరచండి: ఇక్కడ ఒక ముఖ్యాతిముఖ్యమైన నియమం: ఎదటివారు ఏమనుకుంటారోనన్న బెంగతో ఏపనైనా చెయ్యటమూ, మానటమూ ఆపండి. మిమ్మల్ని గురించి ఎవరికీ పట్టదని మీరు కాలక్రమేణ తెలుసుకుంటారు. నిజానికి ఎదటివారు మిమ్మల్ని గురించి ఎంత పట్టించుకుంటారో తెలిస్తే మీరు సిగ్గు పడతారు. అవమానం ఫీల్ అవుతారు.

మీరు ఏమి చేసినా చెయ్యకపోయినా అవతలివారు సంతోషిస్తారో లేదో మీకు ఎన్నడూ తెలియదు. పెళ్ళిళ్ళు, ఇంకా ఇతర అతిసన్నిహిత సంబంధాలు పూర్తిగా వ్యక్తిగత బాంధవ్యాలు. ఇటువంటి విషయాలలో కనీసం మిమ్మల్ని మీరైనా సంతోష పరుచుకోవాలి. ఇక్కడ పూర్తిగా స్వార్ధపరులు అవండి. మీ సంతోషమే ఇక్కడ అన్నిటికంటే ముఖ్యం. ఇక్కడ కేవలం మీకు తగును అనిపించిన పని మాత్రమే చెయ్యండి. ఎదటివారి మంచి, చెడుల మాయలో పడకండి.

సాధ్యమయినంత మంచి:చాలామంది వివాహం భగ్నమవుతుంది, విడాకులతో సమాప్తం అవుతుంది. పది, ఇరవై సంవత్సరాల తర్వాతకూడా వారు ఆ కల్లోలంతో కోపంతో రగులుతూ ఉంటారు. తాము ఎంతో శ్రమ, ప్రేమ, ఆదరాభిమానాలు వెచ్చించిన వివాహం కూలిపోయిందన్న విషయం వారు జీర్ణించుకోలేక పోతారు. అవతలి వ్యక్తి ఏమి చేసినా చెయ్యక పోయినా సరే వీరు వారిని ఈనాటికీ క్షమించలేరు.

పిల్లల పెంపకం లాగానే, పెళ్ళిళ్ళలో జనం తమకు తెలిసినంత వరకు సదుద్దేశంతో మంచిపని చేస్తున్నామన్న భావంతో చేస్తారు. తర్వాత ఎలాగోలా దానిని కూలతోద్దాం అన్న ఉద్దేశంతో ఎవరూ పెళ్ళి చేసుకోరు. ఎన్నో ఆశలతో, కలలతో, ఆకాంక్షలతో జనం పెళ్ళికి సిద్ధం అవుతారు. తర్వాత కాలం కర్మం కలిసిరాకపోతే, మనుషులు మారుతారు, వివాహాలు విచ్ఛిన్న మవుతాయి. అది ఎవరి తప్పూ కాదు.

ఎవరి తప్పూ కాదు:గుడ్ విల్ హంటింగ్ అనే సినిమాలో విల్ హంటింగ్ ఒక వ్యాధిగ్రస్తుడు. సాన్ మగ్వయిర్ మానసిక శాస్త్రవేత్త. విల్ తన యౌవనంలో జరిగిన విపరీత బాధాకరమైన అనుభవాలు వివరిస్తాడు. సాన్ "అది నీ తప్పు కాదు." అంటాడు. అక్కడే ఆ ఇద్దరి సంబంధం ఒక క్లిష్ట స్థాయికి చేరుకుంటుంది.

సినిమాలో ఈ భాగం చాలా హృదయంగమంగా ఉంటుంది. "ఆ విషయం నాకు తెలుసు." అంటాడు విల్. కాని సాన్ "అది నీ తప్పు కాదు. అది నీ తప్పు కాదు. అది నీ తప్పు కాదు." అని పదేపదే చెబుతాడు. చివరికి ఆ మానసిక శాస్త్రవేత్త చెబుతున్నది విల్ కు అర్ధమవుతుంది. ఆయన బాల్యంలో ఏమైనా జరిగి ఉండనీ. అది ఎంత దుర్భరమైనా కానియ్. కాని అది మాత్రం అతని తప్పు కాదు. చివరికి ఆ క్షణాన అతను స్వేచ్ఛావాయువులు పీల్చాడు.

దుఃఖదాయకమైన వివాహం మీ పొరబాటు కాదు. అది అవతలివారి తప్పుకూడా కాదు. అంతకు మునుపు పరస్పరం అనుకూలంగా ప్రవర్తించిన ఇద్దరు వ్యక్తులూ ఇప్పుడు పరస్పరం వ్యతిరేకు లయినారు. ప్రతికూలత ఒకరి ఇష్టానుసారం జరుగదు. వాతావరణం లాగానే అది అలా జరుగుతుంది. అంతే. ఇద్దరు వ్యక్తులు తమను గురించి, తమ జీవితాలను గురించి, తమ ఉద్యోగాలను గురించీ, తమ పిల్లలను గురించీ, సమాజంలో వారిస్థానాన్ని గురించీ ఇద్దరికీ వేరువేరు అభిప్రాయాలు ఉంటాయి. అందుచేత ఒకరికొకరు దూరమై పోతారు. ప్రతి ఏటా లక్షలాది మందికి ఇలా జరుగుతూ ఉంటుంది. మనుషులు నిరంతరం ఎదుగుతూ పరిణతి చెందుతూ ఉంటారు. బాంధవ్యాల దగ్గరికి వచ్చేసరికి మనం మన లక్ష్యాలు కలలు ఏకమైతే కలిసి ఎదుగుతాం లేకపోతే కోరికలు వేరై మనం వేరు వేరుగా ఎదుగుతాం. అది ఎవరి తప్పూ కాదు.

దానిని వదలటానికి సిద్ధమవండి: విఫలమైన ఒక బాంధవ్యం లేదా వివాహాన్ని గురించి మీరు ఇంకా కోపంగా ఉన్నారు. మొదట ఆ విషయాన్ని మరచిపోవాలని మీరు మనసా నిశ్చయించాలి. ఏదోవిధంగా అది చక్కదిద్దవచ్చుననే ఆశను పట్టుకు వేలాడుతూ ఉంటే మీకు ఎన్నటికీ స్వేచ్ఛ దొరకదు. ఆ బాంధవ్యం విచ్ఛిన్నం కావటానికి అవతలి వ్యక్తి బాధ్యులనీ, వారు తమ తప్పు ఒప్పుకోవాలనీ మీ ఆకాంక్ష అయితే, మీరు ఎన్నటికీ సంతృప్తి చెందలేరు. జీవితంలో ముందుకు సాగలేరు. ఎన్నటికీ సంతోషంగా ఉండలేరు.

ఒకసారి ఆ బాంధవ్యాన్ని మీ మనసులోనుంచి తొలిగించిన తర్వాత, కూర్చొని ఆ "ఉత్తరం" వ్రాయండి. స్వేచ్ఛాజీవులై, సంతోషము, సంతృప్తి అనుభవించాలంటే ఇది ఒక మహత్తరమైన సాధనం.

ఆ ఉత్తరం మీరు ఒక కాగితం మీద వ్రాయవచ్చు, లేదా ఒక ఇ-మెయిల్ ద్వారా పంపవచ్చు. అవతలి వ్యక్తిని సంబోధిస్తూ ఉత్తరం మొదలు పెట్టండి. మొదటి పేరా "మన వివాహం సఫలం కాకపోవటం శోచనీయం. కాని, మన వివాహానికీ, ఆ వివాహం విచ్ఛిన్నం కావటానికి నేను చేసినదానికీ, చెయ్యనిదానికీ నేను పూర్తి బాధ్యత వహిస్తున్నాను."అని మొదలవుతుంది.

ఉత్తరం మధ్యలో "అదేకాక నన్ను నొప్పించటంలో నీవు చేసినపనికి, చెయ్యని ప్రతి ఒక్కదానికీ నేను నిన్ను మనస్ఫూర్తిగా క్షమిస్తున్నాను." అనివ్రాస్తారు. ఇక్కడ చాలామంది అవతలివారు చేసిన ప్రతి ఒక్క విషయమూ ఏకరువు పెడతారు. అవి తలుచుకుంటే వారికి ఇప్పటికికూడా విపరీతమైన కోపం వస్తుంది.

చివరి లైన్, "భగవంతుడు నిను కరుణించుగాక! నీకు శుభం కలుగు గాక."

ఇప్పుడు ఈ ఉత్తరం ఒక కవర్లో పెట్టి అతికించండి. దగ్గరలో ఉన్న పోస్ట్ బాక్స్ లో వెయ్యండి. లేదా సరయిన ఇ-మెయిల్ అడ్రెస్ జోడించి పంపించండి.

ఈ ఉత్తరం మీ చేతిలోనుంచి పోస్ట్ బాక్స్ లో పడిన మరుక్షణం, లేదా మీరు పంపించు అన్న బటన్ నొక్కిన మరుక్షణం అది వెనక్కు తీసుకోవటం అసంభవమని మీకు తెలుసు. మీమీదినుంచి విపరీతమయిన భారం తొలిగినట్లు మీరు అనుభూతి చెందుతారు. మీరు విశ్రాంతిగా సంతోషంగా ఉంటారు. చిరునవ్వుతో ప్రశాంతంగా ఉంటారు.

ఈ అభ్యాసంలో ఉత్తరం వ్రాయటమనేది కేవలం మీ వ్యక్తిగత విమోచన అని మీరు గ్రహించాలి. ఇది సాధించాలంటే ఆ ఉత్తరంలో మీ పరస్పర బాంధవ్యాన్ని గురించి మీ ఆలోచనలు, అనుభూతులు పూర్తిగా, స్పష్టంగా, వ్యక్తీకరించాలి. దానికి జవాబు వస్తుందని ఆశించకుండా ఆ ఉత్తరం పంపించాలి. మీరు జవాబు వస్తుందని ఆశించి ఈ ఉత్తరం వ్రాయలేదు. ఇది కేవలం మీ మనోభారం తొలగించుకోవటానికి మాత్రమే.

చింతా మాస్తు: ఇక్కడ చాలామంది "ఈ ఉత్తరం చదివి, అవతలి వ్యక్తి అపార్థం చేసుకుని, తిరిగి కలవాలని కోరితే?" అని తరుచు అడుగుతారు.

జవాబు చాలా సరళం. చింతా మాస్తు. మీరు ఈ ఉత్తరం అవతలి వారికోసం వ్రాయటం లేదు. ఈ ఉత్తరం మీరు మీకోసం వ్రాస్తున్నారు. అవతలి వ్యక్తి సంతోషంగా ఉన్నారా లేరా, కోపంగా ఉన్నారా, ప్రశాంతంగా ఉన్నారా, సంతోషించారా లేదా అన్న విషయంతో మీకు సంబంధం లేదు.

చాలా సందర్భాలలో ఒకరు ధైర్యంచేసి తన బాధ్యత అంగీకరించి జరిగిన దానికంతటికీ అవతలి వ్యక్తిని మన్నించితే అవతలి వ్యక్తి పూర్తిగా మారిపోతారు. వారిలో వైషమ్యం కూడా పూర్తిగా నశిస్తుంది. వారి మనసులో ఉన్న విముఖ ఉద్వేగాలన్నీ స్మృతిపథంలోనుంచి నిష్క్రమిస్తాయి. ఒకరు ఈ విధంగా ఉత్తరం వ్రాసిన తర్వాత, ఇద్దరూ ఆప్తమిత్రులయారు, తమ పిల్లలకు అద్భుతమైన తల్లిదండ్రులయాము అని చాలామంది జంటలు చెప్పారు.

మిగిలిన ప్రతి ఒక్కరూ

ఇప్పుడు మిమ్మల్ని ఎప్పుడో ఒకపుడు ఏదోవిధంగా నొప్పించిన ప్రతి ఒక్కరూ మూడవ బృందంలోకి వస్తారు. ఇక మీరు వాళ్ళను క్షమించాలి. మీరు పెరుగుతున్నపుడు మిమ్మల్ని నొప్పించిన మీ తోబుట్టువులను క్షమించాలి. ఆ తర్వాత మీ పట్ల అకృత్యాలు అరాచకాలు చేసిన మీ మిత్రులను క్షమించాలి. వారందరూ వివిధ వయో పరిమితులలో ఉండవచ్చు. మిమ్మల్ని అన్యాయం చేసిన మీ మాజీ యజమానులను మన్నించాలి. మిమ్మల్ని దగాచేసిన, డబ్బు మింగిన మీ వ్యాపార భాగస్వాములు, సహోద్యోగులను మన్నించాలి. ఆ తర్వాత మీరు ఇంకా ఎవరిమీద కోపంగా ఉన్నారో, వారు చేసిన పనులకు మీరు ఇంకా వారిని తప్పు పడుతున్నారో వాళ్ళను అందరినీ మన్నించాలి.

వారందరినీ మీరు మన్నించేది మీకోసం, వారి కోసం కాదు. వారిని మన్నించారని మీరు నోరార చెప్పనక్కరలేదు. మీరు మనసులో వారిని మన్నిస్తే చాలు.

వారందరిలో ఎవరైనా మీ మదిలో మెదిలితే వెంటనే ఆ ఆలోచన మార్చుకొని, వారిని ఆశీర్వదించి వారికి శుభం ఆశించండి. ఆ వ్యక్తిని గురించి

కాని, పరిస్థితిని గురించి కాని ఎవరితోనూ చర్చించకండి. అది కేవలం అగ్నికి ఆజ్యం పోస్తుంది. ఆ గాయం మానటం ఇంకా ఆలస్యం అవుతుంది. కనుక ఆ ఆలోచన మీ మనసులోనుంచి తుడిచి వెయ్యండి. తద్వారా ఆ వ్యక్తిని గురించి, పరిస్థితిని గురించి ఆలోచన తగ్గిస్తారు, ఆ తర్వాత వారిని గురించిన ఆలోచన పూర్తిగా మానేస్తారు.

మీరు

మీరు మన్నించాల్సిన నాలుగో మనిషి మీరే. ఇంతవరకు మీజీవితంలో మిమ్మల్ని నొప్పించిన వారిని అందరినీ క్షమించగలిగిన ధైర్యము, స్థైర్యము మీరు ప్రదర్శించారు. ఇక ఇప్పుడు మిమ్మల్ని మీరు మన్నించుకొని ఆ ఊబిలోనుంచి బయటపడవలసిన సమయం వచ్చింది.

చాలామంది తాము ఏనాడో చేసిన పొరబాటువల్ల స్తంభించిపోయి, ముందడుగు వేయలేక పోతారు. పెరుగుతున్న వయసులో వారు ఏదో అకృత్యం, అనాలోచితమైనపని, క్రూరమైనపని చేసి ఉండవచ్చు. బాంధవ్యాలలో వారు ఎవరినో నొప్పించి ఉండవచ్చు. వృత్తిలో, వ్యాపారంలో వారు ఎవరికో కష్టం కలిగించి ఉండవచ్చు, నష్టం కలిగించి ఉండవచ్చు లేదా దుఃఖం కలిగించి ఉండవచ్చు.

మీ విషయంలోకూడా ఇదే నిజమైతే, మీరు చింత, పశ్చాత్తాపము అనుభవిస్తూ ఉంటారు. ఆ భారం మిమ్మల్ని కుంగదీస్తూ ఉంటుంది. దుఖానికి మూలం అవుతుంది. మీరు ఆనాడు అలా చేసి ఉండకూడదు, చెప్పి ఉండకూడదు అని మీ వ్యథ. మీరు విముఖంగా నేరస్థులుగా అనుభూతి చెందుతూ ఉంటారు. ఈ అనుభూతులు మిమ్మల్ని పైకి లేవనియ్యవు. మీ శక్తిసామర్థ్యాల మేరకు ఎదగ నియ్యవు. నిరంతరమూ బండగుండులాగా మిమ్మల్ని అణగతొక్కివేస్తూ ఉంటాయి. అందువల్ల జీవితంలో సుఖసంతోషాలు అనుభవించటానికి మీరు అయోగ్యులు అనే అనుభూతి మీలో ఏర్పడుతుంది. మీ సఫలతను మీరే చేజేతులా ధ్వంసం చేసుకుంటారు.

మీరు అదే వ్యక్తి కారు. ఈనాటి మీరు, గతంలో ఆమాటలు అన్నది, ఆ పనులు చేసిన వ్యక్తి ఒకరు కాదు. ఈనాటి మీరు వివేచనాపరులు, అనుభవజ్ఞులు. ఆనాటి వ్యక్తిగా మీరు ఆనాడు చేసిన పనులు, అన్న మాటలు

ఈనాటి వ్యక్తిగా మీరు ఇప్పుడు చెయ్యరు, అనరు. చాలాకాలం క్రితం ఆవ్యక్తిగా మీరు చేసిన తప్పులకు ఈనాటి మిమ్మల్ని శిక్షించుకో నవసరం లేదు.

పశ్చాత్తాపము, అనుతాపము బాధ్యతకు, సదసద్వివేకానికీ చిహ్నాలు కావు. నిజానికి అవి మిమ్మల్ని పట్టి వెనక్కు లాగే బలహీనతలు. మీలో మీరు మథనపడుతూ జీవితం వెళ్లదీసే బదులు “నేను చేసిన దానికి నన్ను నేను మన్నించుకుంటాను. ఆ విషయం మర్చిపోతాను. అది ఆనాడు జరిగింది. ఇది ఈనాడు.” అని చెప్పుకోండి.

గతంలో ఎప్పుడో చేసింది, చెప్పింది ఏదో జ్ఞాపకం వచ్చి విచారిస్తూ కూర్చునే బదులు మిమ్మల్ని మీరు మన్నించుకుని ముందుకు సాగండి.

మిమ్మల్ని మీరు విడుదల చేసుకోండి: ఏనాడో చేసినదానికో, చేయనిదానికో చాలామంది ఈనాడు దిక్కుమాలిన వారిలాగా విచారిస్తూ ఉంటారు. వారు గతాన్ని వదిలిపెట్టలేరు. వారి బాల్యం వారికి గడ్డుకాలం అయి ఉండవచ్చు. వివాహం కూలిపోయి ఉండవచ్చు. ఉద్యోగం దరిద్రమైనదై ఉండవచ్చు. వ్యాపారంలో నష్టపోయి ఉండవచ్చు. అది ఏమైనా కానివ్వండి, వారు మన్నించి దానిని వదలకపోవటం చేత, చాలామంది అగడ్తలో పడ్డ రాక్షసబల్లులలాగా ఇరుక్కుపోయారు.

మీ జీవితం మామూలుగా ఉండి ఉంటే, బాల్యంనుంచి మీరు అన్ని రకాల తప్పులూ చేసి ఉంటారు, అన్ని రకాల మనుష్యులతో రకరకాల సమస్యలు ఎదుర్కొని ఉంటారు. మానవ అనుభవంలో ఇది సహజం, సాధారణం. ఇప్పుడు “మన్నింపు తరుచు అభ్యాసంచేసి మీరు దానిని అధిగమించి ఎదుగుతారా, లేకపోతే ఆ బరువు అలాగే మోస్తూ కదలకుండా ఉంటారా?” అన్నదే ప్రశ్న.

ఒక పెద్ద అవాంతరం

గతంలో తమను నొప్పించిన వారినందరినీ మన్నించాలని చాలామంది ఒప్పుకుంటారు. కాని పేకాడుతున్నవారు ఒక కార్డు దాచిపెట్టినట్లుగా, వారు దానినిఒక చిన్నమూలదాచి ఉంచుతారు. అక్కడ మాత్రం వారు మన్నించటానికి తిరస్కరిస్తారు. తలుచుకున్న వారినందరినీ మన్నించాలని వారు నిర్ణయిస్తారు— తమను అంతగా నొప్పించిన ఆ ఒక్క వ్యక్తినీ తప్ప.

మీ ఆరోగ్యానికీ, ఆనందానికీ, ఆత్మసంతృప్తిని నీరస పరచి ధ్వంసం చెయ్యటానికి ఆ ఒక్క విముఖ ఉద్వేగమూ చాలు. ఆ ఒక్క వ్యక్తినీ క్షమించటానికి తిరస్కరించటం, ఆ ఒక్క సందర్భాన్నీ మర్చిపోలేక పోవటం మీ ఆశలు నేల కూల్చటానికి చాలు.

మీరు ఒక విలాసవంతమైన కారు కొన్నారని ఊహించండి. అది చాలా అందంగా నిర్మిత మయింది. ప్రతి ఒక్క వివరమూ చాలా సూక్ష్మంగా అతి పరిశీలనతో అమర్చబడి ఉన్నది. కాకపోతే అందులో ఒకేఒక సూక్ష్మమైన సమస్య ఉన్నది. ఉత్పాదన సమయంలో ఒకేఒక చిన్నభాగం తప్పుగా అమర్చి ఉన్నది. అందువల్ల మీరు గ్యాస్ పెడల్ తొక్కినపుడు, ముందరిచక్రం తాళంపడినట్లు అయిపోయి ముందుకు తిరగదు. ఇప్పుడు మీరు ఆ సరికొత్త కారులో ఇగ్నిషన్ ఆన్ చేసి గ్యాస్ పెడల్ మీద కాలు వేశారు. ఏమవుతుంది? కారు ఆ ముందరిచక్రం చుట్టూ గింగిరాలు తిరుగుతుంది. వెనక చక్రాలు దాన్ని తోస్తాయి. కాని అది ముందుకు కదలక అక్కడే చక్కర్లు కొడుతుంది.

ఇక్కడే విశేషం ఉన్నది. మీ మనసులో ప్రగాఢముగా పాతుకుని ఉన్నఅంతరాయం – గతంలో బాధాకరమైన అనుభవం వల్ల కలిగిన విముఖ ఉద్వేగం, స్మృతి ఒకే ఒకటి అయినప్పటికీ, మీ జీవితం నిరంతరం సుడులు తిరుగుతూ ఉంటుంది. మీ కుటుంబ జీవితంలోగాని, తల్లిదండ్రులుగా పిల్లల పాలనలో గాని, ఉద్యోగంలోగాని, ఆరోగ్యంలోగాని, ఆర్థిక వ్యవహారాలలోగాని మీకు బయటికి ఎంత కష్టపడి కృషి చేసినా, మీరు ఆశించిన ప్రగతి లభించదు. మీ ప్రగతి వెనకబడినకొద్దీ మీ ఆసంతృప్తి అవధులు దాటుతూ ఉంటుంది.

మానసిక చికిత్సలో రోగిమనసులో ఎక్కడో సాధారణంగా ఏదో ఒక అడ్డంకి చాలా గాఢంగా పాతుకుపోయి ఉంటుంది. అదే కోపము, కుంగిపోవటము, చిరాకు, స్వార్థము, దురహంకారము, భయము, యోగ్యతగా అవతారాలు ఎత్తుతూ ఉంటుంది. మానసిక చికిత్సలో జరిగేదంతా మానసిక వైద్యుడు, రోగి ఇద్దరూ కలిసి బాధామయమైన పొరలు అన్నీ ఒకటొకటిగా తీసివేసి, ప్రగతికి అడ్డుపడుతున్న ఆ ఒకేఒక అడ్డంకిని గుర్తించటమే. ఒకసారి ఆ అంశాన్ని గుర్తించి, దానితో వ్యవహరించిన మరుక్షణం ఆ వ్యక్తి విడుదలపొంది స్వేచ్ఛావాయువులు పీలుస్తారు.

ఇప్పుడు ఈ పని చెయ్యండి

గతంలోకివెళ్లి ఆలోచించండి. ఇప్పటికీ మీకునేరము, కోపము, యోగ్యత అనుభూతులు కలిగించే ఆ దుర్ఘటన గుర్తించండి. అది గతంలో ఎప్పుడో జరిగింది. “అప్పటి పరిస్థితి ఏమిటి?” అని మీకు మీరు ప్రశ్న వేసుకోండి. ఆనాటి మీ వ్యక్తిత్వంలోకి వెళ్లి, మాట్లాడ గలిగితే, ఆ పరిస్థితిని గురించి మీకు మీరు ఇచ్చుకునే సలహా ఏమిటి? ఆ అనుభవంవల్ల మీరు నేర్చుకున్న పాఠం ఏమిటి? ఆ సంఘటన జరిగి ఉండకపోతే మీరు ఆ పాఠం నేర్చుకో గలిగేవారు కాదు. ఆ అనుభవంలో మీకు ఏమైనా విలువ గోచరిస్తున్నదా?

క్షమాపణ అడగండి

ఈ క్షమాపణ కార్యక్రమంలో చివరి ఘట్టంలో విపరీతమైన ఆత్మస్థైర్యము, ఆత్మవిశ్వాసము కావాలి. మీరు నొప్పించినవారిని క్షమాపణ వేడి వారి మన్నింపు అర్థించాలి.

ఇక్కడ విపరీతమైన సమర్థన, తీర్మానించే నైజము, అతి సులువుగా నొచ్చుకుండే గుణము, కారణాలు వెతకటంతో, మరొకరికి క్షమాపణ చెప్పటమంటే చెప్పనలవిగాని ఒత్తిడితో కూడిన పని. కాని మీరు గతంలో చేసినదానికి చింతిస్తూ, ఆ మనోవ్యథ వదిలించుకోవాలంటే క్షమాపణ వేడటం తప్పించి మార్గాంతరంలేదు.

ఆ పని చేసెయ్యండి. అంతే

అదృష్టం కొద్దీ ఇది చాలా సులభమైన ప్రక్రియ. ఆవ్యక్తికి ఇప్పుడే ఫోన్ చేసి “హలో, నేను_____________,జరిగినదానికి నేను చాలా చింతిస్తున్నాను అని చెప్పటానికి ఫోన్ చేశాను. నన్ను క్షమిస్తావని ఆశిస్తాను.” అని చెప్పండి.

అవతలి వ్యక్తి ఎలా స్పందిస్తారు అనేది ఇక్కడ అప్రస్తుతం. ఆయన కోపంతో కేకలు పెట్టవచ్చు. మీరు చెప్పేది వినకుండా, ఫోన్ పెట్టెయ్యవచ్చు. కాని మిమ్మల్ని ఆశ్చర్య పరుస్తూ “మీరు కాల్ చేసినందుకు చాలా సంతోషం. మన మధ్య క్షమాపణలు ఏమిటి? అయినా మీరు చెప్పారు కనుక

ఒప్పుకుంటున్నాను. అవును, మనమిద్దరము కలిసి లంచ్ చెయ్యటానికి ఎప్పుడు మీకు వీలవుతుంది?" అని అడగవచ్చు.

ఇద్దరిలోను ఒకరు ధైర్యం చేసి "నన్ను క్షమించు." అని అడిగారు కనుక సంవత్సరాల తరబడి విడిపోయి ఉన్నా తిరిగి కలుసుకుని మళ్ళీ పూర్వంలాగానే సన్నిహితులయ్యారు.

వీలయితే మీరు అవతలి వారిని వ్యక్తిగతంగా కలవగలిగితే మరీమంచిది. కనీసపక్షం మీరు ఓపికగా ఒక క్షమాపణ ఉత్తరం వ్రాసి పంపవచ్చు లేదా ఒక ఇమెయిల్ చెయ్యవచ్చు.

ఆ ప్రలోభం తిరస్కరించండి

క్షమాపణలో కీలకం ఇక్కడే ఉన్నది: మీరు అల్లుకున్న కథ చెప్పి, మిమ్మల్ని మీరు సమర్ధించుకొనటం, మీ గత ప్రవర్తన సమర్ధించుకొనటం అనే ప్రలోభంలో పడకండి. సూటిగా సరళంగా "జరిగినదానికి నేను చింతిస్తున్నాను." అని చెప్పి అక్కడితో వదిలెయ్యండి. మీ ప్రవర్తన సమర్ధించుకొని, అందుకు కారణాలు వివరించుతూ పోతే, మీరు చెప్పిన "క్షమాపణ" తిరిగి వెనక్కు తీసుకున్నట్లే. దానితో మీ క్షమాపణ పరమార్ధం– ఆ బంధంలోనుంచి విముక్తులు కావటం –అంతా గాలిలో కలిసిపోతుంది.

చివరికి మీకు సబబుఅని, అవసరమని అనిపిస్తే, జరిగినదానికి ఏదోవిధంగా నష్టపరిహారం ఇవ్వజూపండి. అక్కడ ఉదారత్వం చూపండి. జీవితంలో మీరు చాలా తప్పులు చేస్తారు. కాని మీ దయాగుణంకాని, రుజువర్తనం కాని ఎన్నడూ అతి కాదు, కాబోదు.

ఎదటివారిని, మిమ్మల్ని మీరు కూడా తరుచు వెంటనే క్షమించి ఆ కక్షమనసులో ఉంచుకోకుండా, ఎదటివారి పట్ల విముఖంగా ఉండకపోవటం మీలోని దైవత్వాన్ని వెలికి తీసుకు వస్తుంది. క్షమాపణ మిమ్మల్ని విముక్తుల్ని చేస్తుంది. మీ లోని శక్తులు విడుదల చేస్తుంది. మిమ్మల్ని ఒక సంపూర్ణ సుముఖవ్యక్తిగా రూపుదిద్దుతుంది. ప్రయత్నించి చూడండి.

ఇప్పుడు ఈ పని చెయ్యండి

తలుచుకుంటే ఇప్పుడు మీలో ఆగ్రహావేశాలు రేకెత్తించే మీ గతంలోని ఒక వ్యక్తిని ఎంచుకోండి. వారిని గురించిన అత్యంత దుర్భరమైన స్మృతి ఆలోచించండి.

ఈ వ్యక్తిని, ఆగ్రహావేశాలకు మూలమైన ఈ స్మృతిని మీకు పరీక్షగా తీసుకోండి. ఈ క్షణంనుంచి ఆ వ్యక్తిని తలుచుకున్నపుడల్లా, వారిని క్షమించటం మొదలుపెట్టండి. జరిగిన సంఘటనలో మీ బాధ్యతకూడా ఇమిడి ఉన్నదని మనసా అంగీకరించండి. మీలో ఆ వ్యక్తిపట్ల కోపం, విముఖత్వం పూర్తిగా కరిగిపోయి మనసులోనుంచి తొలగేవరకూ ఆ ఆ వ్యక్తిని ఆశీర్వదించండి, వారికి శుభం కోరండి, వారిని క్షమిస్తూ ఉండండి.

అప్పుడు జీవితంలో మీరు ఇంకా ఎవరెవరిమీద కోపంగా ఉన్నారో వారి పేర్లు అన్నీ ఒక జాబితా వ్రాయండి. మీకు వారిమీద కోపం పూర్తిగా మాయమై, నిజమైన మనశ్శాంతి కలిగేవరకు, ఒక్కొక్కరినీ పేరుపేరునా క్షమిస్తూ పొండి.

12

సుముఖ వ్యక్తిత్వానికి ఏడు కీలకాలు

మీ ఆరోగ్యము, శక్తి చాలావరకు మీరు తినే ఆహారాన్నిబట్టి ఉంటాయి. మీరు స్వచ్ఛమైన, ఆరోగ్యకరమైన, ఉత్తమ నాణ్యతగల ఆహారం తిని, తినగూడని వాటిని వదిలివేస్తే, మీశక్తి బాగా ఉంటుంది. అన్ని వ్యాధులనూ నిరోధించ గలుగుతారు. సుఖంగా నిద్రపోతారు. ఆరోగ్యము, ఆనందము అనుభూతి చెందుతారు.

అదేవిధంగా మీ మానసిక ఆహారం మీ వ్యక్తిత్వాన్ని, మీ శీలాన్ని దాదాపు మీ జీవితంలో జరిగే ప్రతిఒక్క అంశాన్నీ నిర్ణయిస్తుంది. మీ మనసుకు సుముఖ భావనలు, సమాచారము, పుస్తకాలు, సంభాషణలు ఆడియో కార్యక్రమాలు, ఆలోచనలు ఆహారంగా అందజేస్తే, మీ వ్యక్తిత్వం సుముఖంగా, ప్రభావశాలిగా రూపొందుతుంది.

అప్పుడు మీ పలుకుబడి పదింతలు అవుతుంది. నచ్చజెప్పి ఎదటివారిని ఒప్పించేశక్తి మరింత మెరుగవుతుంది. మీ ఆత్మవిశ్వాసము, ఆత్మాభిమానము కొండంత అవుతాయి.

కంప్యూటర్ల తో పనిచేసే వారు "GIGO" (చెత్త లోపలికి, చెత్త బయటికి) అన్న పదం తరుచు ప్రయోగిస్తూ ఉంటారు. ఇందుకు

ప్రజలకు వారి స్వశక్తి మూలానికి దారిచూపండి. వారి ప్రేరణ ఇనుమడించటానికి తోడ్పడండి.

– పాల్ జి. థామస్

విపర్యయం కూడా సహజమే, సత్యమే, "సత్తు లోపలికి, సత్తు బయటికి."

మీ మనసును పూర్తిగా మీ అధీనంలో నియంత్రించ బోతున్నారని, గతంలో మిమ్మల్ని బంధించి ఉంచిన మీలోని విముఖ భావావేశాలు, ఆలోచనలు నిర్మూలన చేసి పూర్తిగా సుముఖ వ్యక్తిగా మారబోతున్నారని తిరుగులేని దృఢనిశ్చయం చేస్తే, మీరు మీ వ్యక్తిత్వాన్ని పూర్తిగా పరివర్తన చెయ్యగలరు.

సాధ్యమయినంత ఉత్తములుగా ఉండండి

మానసిక ఆరోగ్యం శారీరిక ఆరోగ్యంలాంటిదే. శిక్షణ, అభ్యాసాలతో మీ ఆత్మాభిమానమూ, సుముఖ స్వభావము ఉన్నత స్థాయికి చేరుతాయి. సంపూర్ణ సుముఖవ్యక్తి కావటానికి ఇవిగో ఏడు కీలక అభ్యాసాలు:

1. *సుముఖ స్వగతం:* మీరు సుముఖ స్వగతాలు చెప్పుకోండి. మీ అంతరంగ సంభాషణ నియంత్రించండి. వర్తమానంలో, సుముఖంగా, వ్యక్తిగతంగా ధ్రువపరచండి: "నేనంటే నాకు ఇష్టం." "నేను చెయ్యగలను.", "నాకు అద్భుతంగా ఉన్నది.", "నేనే బాధ్యుడిని."

    రోజంతా మీరు మీతో స్వగతం ఎలా చెప్పుకుంటారన్నది 95 శాతం మీ భావోద్వేగాలను నిర్ణయిస్తుందని మా అభిప్రాయం. మీ స్వగతాలు సుముఖంగా, నిర్మాణాత్మకంగా ఉండేట్లు మీరు ప్రయత్నపూర్వకంగా, సచేతనంగా స్వగతం చెప్పుకోవాలి. లేకపోతే ప్రకృతి సిద్ధంగా మీరు మీకు విచారం, చింత, ఆదుర్దా కలిగించే విషయాలను గురించి ఆలోచిస్తారు. అది శోచనీయరమైన వాస్తవం.

    ఇంతకు మునుపు చెప్పినట్లు మీ మనసు ఒక ఉద్యానవనం లాంటిది. మీరు ప్రయత్నపూర్వకంగా పూలమొక్కలునాటి వాటిని జాగ్రత్తగా పోషించి పెంచకపోతే, ఏ ప్రయత్నమూ, ప్రోత్సాహమూ లేకుండానే కలుపు మొక్కలు పెరిగి పోతాయి.

2. సుముఖ దృక్పథం: మీ లక్ష్యాలు సాధించినట్లుగానే దర్శించ గలగటం మీ మహోత్తమ సామర్థ్యం.

మీ లక్ష్యాన్ని గురించీ, మీ జీవితాన్ని గురించీ ఒక ఉత్తేజకరమైన స్పష్టమైన మానసచిత్రం రచించండి. ఆ దృశ్యాన్ని మీ మనసులో పదేపదే దర్శించండి. మీ మానసచిత్రణ మెరుగు పడుతూ ఉంటే, మీ జీవితం మెరుగుపడటం మొదలవుతుంది. మనసులో మీరు దర్శించినది బయటి ప్రపంచంలో యదార్థమవుతుంది.

3. *సుముఖవ్యక్తులు:* అన్నిటికంటే ముఖ్యంగా, జీవితంలో మీరు ఎటువంటి వ్యక్తులతో కలిసి జీవిస్తారు, ఎటువంటివారితో కలిసి పనిచేస్తారు, ఎటువంటివారితో స్నేహం చేస్తారు అన్నది మీ భావావేశాలను ప్రభావితం చేస్తుంది. ఈనాటినుంచి సుముఖులతో, విజయులతో, జీవితంలో ఆనందంగా, ఆశావాదంతో ముందుకు సాగేవారితో, జీవితంలో ఏదో ఒకటి సాధిస్తున్న వారితో సహవాసం, సంపర్కం ఏర్పరుచుకోండి.

విముఖవ్యక్తులను ఎలాగైనా సరే తప్పించుకోండి. జీవితంలో సంతోష లేమికంతటికీ ముఖ్యకారణం విముఖవ్యక్తులే. ఈనాటినుంచి మీ జీవితంలో ఒత్తిడి కల్గించే విముఖవ్యక్తులకు స్థానం లేదని నిశ్చయించండి.

4. *సుముఖ మానసిక పోషణ:* మీ శరీరం మీరు తినే ఆరోగ్యకరమైన పోషకాహారం మీద ఆధారపడి ఉంటుంది. అలాగే మీరు మానసిక క్యాండీ కి బదులు మానసిక ప్రోటీన్ ఎంత సరఫరా చేస్తారనేదానిమీద మీ మానసిక ఆరోగ్యం ఆధారపడి ఉంటుంది.

విద్యావిషయక, ప్రేరణాత్మక, ఉత్తేజపూర్వక పుస్తకాలు, పత్రికలు, వ్యాసాలూ చదవండి. మిమ్మల్ని మీ ప్రపంచాన్ని గురించి ఉత్తేజపరిచి, ఆనందం, విశ్వాసము కలిగించే సమాచారంతో, భావనలతో మీ మనసు నింపండి.

మీ కార్ లో CD లమీద, ఇంట్లో MP3 ప్లేయర్, iPod ల మీద సుముఖము నిర్మాణాత్మకము అయిన కార్యక్రమాలు వినండి. మీ మనసుకు నిరంతరమూ సుముఖ సందేశాల విందు చెయ్యండి. అప్పుడు మీ ఆలోచనలు, ఆచరణలు మెరుగుపడుతాయి. మీ రంగంలో మీరు సమర్థులూ, నిష్ణాతులూ అవుతారు.

సుముఖాలు, విద్యావిషయకాలు అయిన డీవీడీ లు, టీవీ కార్యక్రమాలు, ఆన్ లైన్ కోర్సులు, ఇంకా అదేకోవకు చెందిన సమాచారం చూడండి, వినండి, చదవండి. మీ జ్ఞానసంపద పెరుగుతుంది. మిమ్మల్ని గురించి, మీ జీవితాన్ని గురించి మీకే సద్భావన ఏర్పడుతుంది.

5. *సుముఖ శిక్షణ, వికాసం:* మన సమాజంలో దాదాపు ప్రతిఒక్కరూ పరిమితమైన వనరులతో మొదలవుతారు. కొన్నిసార్లు అదికూడా లేని పరిస్థితి ఎదురవుతుంది. ఏదోవిధమైన వ్యక్తిగత సేవలతోనే అన్ని సంపదలూ వనగూడుతాయి. ఈనాడు సమాజశిఖరాన ఉన్నవారందరూ ఒకనాడు అడుగున ఉన్నవారే. కొందరు ఆ ప్రయాణంలో చాలాసార్లు కిందపడ్డవారే.

చింకిపాతలనుంచి చంద్రమండలం దాకా, పేదరికం నుంచి సంపదలకు చేర్చేది, పనికిమాలినతనం నుంచి అసాధ్యుడిని చేసేది, ఆర్థిక స్వాతంత్ర్యం ప్రసాదించేది, జీవితాంతము నేర్చుకోవటము, వ్యక్తిగతంగా మెరుగుపడటము మాత్రమే. జిమ్ రాన్ చెప్పినట్లు, “మామూలు చదువు మీకు జీవనోపాధి ఇస్తుంది, స్వయంశిక్షణ సంపదలు ప్రసాదిస్తుంది.”

నేర్చుకుంటూ ఎదగటానికి, మీ ఆలోచనలలో ఆచరణలో మెరుగుపడి ప్రభావశీలురు కావటానికి మిమ్మల్ని మీరు అంకితం చేసుకున్నపుడు, మీ జీవితం పూర్తిగా మీ అధీనంలో ఉంటుంది. అప్పుడు మీరు ఊహించని వేగంతో సఫలతా శిఖరాలు సులువుగా అధిరోహిస్తారు.

6. *సుముఖ ఆరోగ్య అలవాట్లు:* మీ శరీర ఆరోగ్యాన్ని గురించి అత్యంత జాగ్రత్త వహించండి. మీరు ఎనభై, తొంభై, ఇంకా నూరేళ్ళు కూడా జీవించబోతున్నారనీ, అప్పుడు కూడా సాయంత్రంపూట డాన్సు చేయబోతున్నారనీ ఇప్పుడే నిశ్చయించుకోండి.

ఆరోగ్యకరమైన పోషకాహారం తినండి. అదిపరిమితంగా, సమయోచితంగా తినండి. మంచి పోషకాహారం మీ ఆలోచనలకు, అనుభూతులకు సుముఖంగా తోడ్పడుతుంది.

క్రమం తప్పకుండా వ్యాయామం చెయ్యాలని నిశ్చయించండి. వారానికి కనీసం రెండు వందల నిమిషాల కదలిక ఉండాలి. అది నడక, పరుగు, ఈత, సైక్లింగ్, లేకపోతె జిమ్ లో సాధనాల మీద పరిశ్రమ ఏదైనా కావచ్చు. మీరు క్రమం తప్పకుండా వ్యాయామం చేస్తే, ఆరోగ్యంగా, ఆనందంగా ఉంటారు. సోఫాలో కూర్చొని రోజంతా టివి చూసే పెద్దమనిషి కంటే మీరు చాలా ఆనందంగా, ఆరోగ్యంగా ఉంటారు. మీకు ఒత్తిడి అలసట అదే కోవలో తక్కువ పాళ్ళలో ఉంటుంది.

ముఖ్యంగా శరీరం సడలించి కావలసినంత విశ్రాంతి తీసుకోవాలి. మీ బ్యాటరీలు క్రమం తప్పకుండా రీఛార్జ్ చేస్తూ ఉండాలి. ఒత్తిడి, కష్ట సమయాలలో ఈ విశ్రాంతి ఇంకా ముఖ్యం. “అలసట మనలను అందరినీ పిరికివాళ్ళను చేస్తుంది.” అంటారు వాన్స్ లంబార్డి.

చెడు అలవాట్లు, అలసట, వ్యాయామం చెయ్యకపోవటం, విశ్రాంతి విరామం లేకుండా పనిచెయ్యటం వంటి అలవాట్లు మనలను విముఖ ఉద్వేగాల దిశగా నడిపిస్తాయి. జీవితంలో సమతుల్యత అనుసరించండి.

7. *సుముఖ అపేక్ష:* ఒక సుముఖ వ్యక్తిగా రూపొందటానికి, జీవితంలో సుముఖఫలితాలు, మేలైన ఫలితాలు సాధించటానికి సుముఖ అపేక్ష ఒక అతి శక్తివంతమైన సాధనం.

మీ అపేక్షలే మీకు ఆత్మతృప్తినిచ్చే జోస్యాలు అవుతాయి. మీరు విశ్వాసపూర్వకంగా అపేక్షించింది మీ జీవితంలో ప్రత్యక్షమవుతుంది అన్నట్లు తోస్తుంది.

మీ అపేక్షలకు అధిపతి మీరే. కనుక మీరు ఎప్పుడూ అత్యుత్తమ ఫలితాలే అపేక్షించాలి. సఫలత సాధిస్తారని అపేక్షించండి. మీరు అపరిచితులను కలిసినపుడు వారందరూ మిమ్మల్ని అభిమానిస్తారని ఆశించండి. ఘనమైన లక్ష్యాలు సాధించి అద్భుతమైన జీవితం సృష్టించుకోవటానికి అపేక్షించండి. నిత్యమూ సఫలత ఆశిస్తూ ఉంటే, మీకు నిరాశ అరుదుగా ఎదురవుతుంది.

ముగింపు

చేతలలోనే అంతా ఉన్నది

అంతా క్రియాత్మకమే!ఈనాడే ఈ ఆలోచనలు అమలులో పెట్టి, మీ కష్టలను ముద్దాడి, జీవితంలో దుర్ఘటనలు ఎదిరి నిలిచి, పూర్తిగా సుముఖులై, ఆనందమైన వ్యక్తిగా, ఆరోగ్యవంతులుగా కావటానికి నిశ్చయించుకోండి.

- మిమ్మల్ని విముఖ ఉద్వేగాల ఊబిలో పట్టి ఉంచే కష్టలను, విముఖ వ్యక్తులను, పరిస్థితులను, స్మృతులను గుర్తించండి.

- అసాధారణమైన జీవితం జీవించటానికి మీరు అపారమైన సంభావ్యశక్తిగల ఉత్తమవ్యక్తి అని గ్రహించండి, అంగీకరించండి.

- మీ జీవితంలోని ప్రతి ఒక్క విముఖ పరిస్థితిని ఎదుర్కొని దానిని నిర్మూలించటానికి ఈనాడే నిర్ణయించుకోండి.

- మీకు విముఖ ఉద్వేగాలు, ముఖ్యంగా కోపం, కలిగించే అంశాలు గుర్తించి ఆయా రంగాలలో మీ ఆలోచనా విధానం మార్చుకోవటం మొదలుపెట్టండి. "అందుకు బాధ్యత నాదే." అన్న పదాలు మీ వ్యక్తిత్వంలో ఇనికి పోయేదాకా పునశ్చరణ చెయ్యండి.

- దేనికైనా సరే ఎవరినీ విమర్శించటానికి, నిందించటానికి, దూషించటానికి నిరాకరించండి. దానికి బదులుగా మీరే పూర్తి బాధ్యత వహించి అంగీకరించండి.

- మిమ్మల్ని మీరు అవ్యాజంగా అంగీకరించండి. నిరంతరమూ "నేనంటే నాకు ఇష్టం." అని చెప్పుకుంటూ మీ ఆత్మాభిమానం దుర్గం పటిష్ఠంగా నిర్మించండి.

- జీవితంలో మీకు ఏమి కావాలో ఖచ్చితంగా నిర్ణయించండి. అటు తర్వాత దానిని గురించే ఆలోచించండి, దానిని గురించే నిరంతరమూ మాట్లాడుతూ ఉండండి. మీకు అవసరము ముఖ్యము అయిన వస్తువు, సమర్థత సాధించటంలో నిమగ్నులై ఉండండి. మిమ్మల్నిపట్టి వెనక్కులాగే కప్పలను గురించి ఆలోచించటానికి కూడా మీకు వ్యవధి ఉండకూడదు.

- అపరాధం అన్న కప్ప చేతిలో చిక్కకండి. దానిని మరెవరిమీదా ప్రయోగించటానికి ప్రయత్నం చేయకండి. అప్పుడు మీరు అపరాధ అనుభూతులనుంచి విడుదల పొందుతారు.

- మీకు ఎదురయ్యే ప్రతిఒక్క సమస్యలో, కష్టంలో, కప్పలో మంచిని చూడటానికి ప్రయత్నించండి. అందులో మీకు ఏదో ఒక ప్రయోజనం కనబడుతుంది.

- ప్రతి ఎదురుదెబ్బలో, అంతరాయంలో దాగిఉన్న విలువైన పాఠం ఏమిటో తరిచి చూడండి. మీకు ఎదురయ్యే ప్రతి సమస్యలో, మీరు వ్యవహరించే ప్రతి కప్పనుంచి ఏమి నేర్చుకోవచ్చునో నిశితంగా పరిశీలించండి.

- మీరు కలుసుకునే ప్రతిఒక్క స్త్రీని, పురుషుడినీ ఈ ప్రపంచంలో అత్యంత ముఖ్య వ్యక్తులుగా పరిగణించి, అందాల రాకుమారుడు లేదా అందాల రాకుమార్తె, ఆదరించండి.

- సంపూర్ణ సుముఖవ్యక్తిగా రూపొందటానికి ఆ ఏడు కీలక అంశాలు అభ్యాసం చెయ్యండి. మీకు సాధ్యమయిన అత్యున్నతస్థాయి చేరటానికి మీ సంపూర్ణ సంభావ్యశక్తి విడుదల చెయ్యండి.

మీరు సమగ్రమైన ఉత్తములు. మీరు సఫలతకు కల్పితులయ్యారు, ఘనతకు నిర్మితులు అయారు. మీలో నూరుజన్మలకు సరిపడా శక్తిసామర్థ్యాలు ఇమిడి ఉన్నాయి. మీరు నిరంతరమూ ధృఢంగాకోరి, అందుకు తగినశ్రమ చెయ్యటానికి సంసిద్ధులుగాఉంటే, మీరు సాధించలేనిది అంటూ ఏమీ లేదు.

మీ మనసులో బ్రేకులు సడలించండి. మిమ్మల్ని ఎప్పుడైనా, ఏవిధంగానైనా సరేనొప్పించిన ప్రతిఒక్కరినీ క్షమించండి. ఇతరులతో మీ బాంధవ్యాలలోను, మీ వృత్తిలోను ఉత్తమస్థాయి చేరుకోవటానికి కృషి చెయ్యండి. అప్పుడు మీ అదృష్టం పూర్తిగా మీ అధీనంలో ఉంటుంది. మీ సామర్థ్యాలు తారస్థాయి నందుకుంటాయి. మీరు సంపూర్ణ ఆరోగ్యానికీ, ఆనందానికీ, ఆత్మీయ బాంధవ్యాలకూ, ముమ్మరమైన కార్యసిద్ధికి, పరిపూర్ణ సంతృప్తికి రాచబాట ఎక్కుతారు.

ధన్యవాదాలు

బేరెట్ కొలర్ లో పనిచేసే అద్భుత వ్యక్తులందరికీ మా ఇద్దరి కృతజ్ఞతా పూర్వక ధన్యవాదాలు. ఈ పుస్తకం ఆదినుంచీ పూర్తి అయ్యేవరకూ దారిచూపి, దీనికి ఒక రూపం ఇచ్చిన ప్రచురణకర్త, సంపాదకులు స్టీవ్ పియర్ శాంతికి, అంతర్ దృష్టితో ప్రయోజనకరమైన వ్యాఖ్యలు, చేర్పులు సూచించిన జీవన్ సివసుబ్రమణ్యానికి, ప్రత్యేక ధన్యవాదాలు. ఆరంభ దశలో సమీక్షకులు చోలే పార్క్, జూలీ పిన్కర్తన్, ఏడ్రియన్ రస్, క్రిస్ మారిస్, బ్రిటా అద్కిన్సన్ అందరికీ ధన్యవాదాలు. వ్రాతప్రతి రూపుదిద్ది మెరుగు పరచటంలో వారి భావాలు, సూచనలు అమూల్యం. బేరెట్ కొలర్ లోని అద్భుత వ్యక్తులందరికీ మా ధన్యవాదాలు. వారి భావాలు, ప్రేరణతోనే ఈ పుస్తకం వెలికి వచ్చింది.

నేను – బ్రయాన్, యాభైఎనిమిది దేశాలలో విస్తరించి ఉన్న లక్షలాది నా విద్యార్థులకు నా ధన్యవాదాలు తెలుపుకుంటున్నాను. వారందరూ ఈ భావాలను స్వంతం చేసుకొని,వారి అసాధారణత్వానికి అడ్డు పడుతున్న విముఖ విశ్వాసాలు, ఉద్వేగాలు నిర్మూలించుకోవటానికి ఈ భావనలు స్వంతం చేసుకుని అమలు జరిపారు.

అన్నిటికంటే ముఖ్యంగా అద్భుతవ్యక్తి అయిన నా భార్య బార్బరాకు నా ధన్యవాదాలు. 1981 లో మేము ఈ భావాలు సెమినార్లలో, వర్క్ షాప్ లలో బోధన మొదలుపెట్టిన నాటినుంచీ ఆమె నాతోకలిసి పని చేసింది. మానసిక శాస్త్రము, వ్యక్తిత్వ వికాసాలలో ఆమె విస్తార విజ్ఞానం ఈ భావాలను సానపట్టి, మెరుగుపెట్టి ప్రదర్శించటానికి అవకాశం లభించింది. దానితోనే ఈ భావాలకు విశ్వవ్యాప్తంగా ఆమోదము, విలీనీకరణము లభించాయి.

నేను – క్రిస్టినా, నన్ను ప్రోత్సహించి, సవాలు చేసి, నన్ను ఆత్మీయంగా చూసుకున్న వారందరికీ నా ధన్యవాదాలు. మొదటగా నా కుటుంబ సభ్యులు:

అమ్మ, నాన్న, మైఖేల్, తాషా, డేవిడ్, సారా, క్యాట్. తర్వాత నా రెండవ కుటుంబం సభ్యులు: జాకీ, లారీ, స్కాట్,GG, Mr.GG, వీరితోబాటు నాకు ఉత్తమురాలైన అగ్రజగా నిలిచిన డానియల్ కు నా ధన్యవాదాలు.

ఇక్కడ నా ప్రియమిత్రులు నికి రైన్, మీనా న్యూబెర్గ్ లకు నా ధన్యవాదాలు. వారు నా సంభావ్యశక్తి గమనించి నన్ను నిత్యమూ ఉన్నతస్థాయికి ఎదగటానికి ప్రోత్సహిస్తూ ఉంటారు. నా శ్రేయోభిలాషులకు నా ధన్యవాదాలు. వారందరూ నాకు ప్రశ్నించటం, శోధించటం, విశ్వసించటం, మానవ వికాసంలో, మానసిక శాస్త్రంలో అద్భుతసూత్రాలు స్వంతంచేసుకోవటం నేర్పారు. డెబ్బీ క్విలార్డ్, లారీ నాబ్, జూడీ గ్రేర్, జేరాల్డ్ జెల్లిసన్, డెబ్బీ బ్రన్స్టె న్, ఆస్ట్రిడ్ ష్వార్జ్, పాల్ చెక్, జోసీ కేల్లీలకు నా ధన్యవాదాలు. ఆ ఊబిలో ఈదటం, నా స్వంత కప్పలను కౌగలించుకోవటంలో వారందరూ నాకు దారి చూపారు. నన్ను ఆత్మవిశ్వాసం కలదానిగా, దృఢ మనస్కురాలిగా, పట్టువదలని స్త్రీగా నన్ను పెంచి పెద్దచేసిన మా తల్లిదండ్రులు బ్రయాన్, బార్బరాలకు, వారి వివేచనకు ప్రత్యేక ధన్యవాదాలు. నా విజ్ఞానంలో, సామర్థ్యం మీద మీ విశ్వాసానికి నా ధన్యవాదాలు. ఈ పుస్తకం సహరచయిత కావటం నాకు ఆనందంతో పులకరింత కలుగుతున్నది.

సేవలు

బ్రయాన్ ట్రేసీ

వక్త, సలహాదారులు, కార్యనిర్వాహకవర్గ శిక్షకులు

బ్రయాన్ ట్రేసీ ప్రపంచంలోని ప్రఖ్యాత వృత్తినిపుణ వక్తలలో ఒకరు. ఆయన ప్రతి సంవత్సరమూ యునైటెడ్ స్టేట్స్, యూరప్, ఆసియా, ఆస్ట్రేలియా దేశాలలో 250,000 కి మించిన శ్రోతలకు ప్రసంగాలు చేస్తారు. ఆయన ప్రసంగాలు, ఉపన్యాసాలు, చర్చాగోష్టులు "ఉత్తేజకాలు, వినోదకాలు, సంసూచకాలు, ప్రేరకాలు" గా ప్రసిద్ధి చెందాయి. ఆయన శ్రోతలలో ఫార్చ్యూన్ 500 సంస్థలతోసహా అన్ని స్థాయిల సంస్థలు, సమితులు సభ్యులే. ఆయన వృత్తిపరంగా ఉపన్యసించటం ఆరంభించి నప్పటినుంచీ బ్రయాన్ యాభై ఎనిమిది దేశాలలో ఐదు మిలియన్ పైగా శ్రోతలకు తన భావాలు వినిపించారు. వెయ్యికిపైగా సంస్థలకు ఆయన శిక్షకులుగా సలహాదారుగా వ్యవహరించారు. ఆయన బోధించే విషయాలలో కొన్ని:

21 శతాబ్దం ఆలోచనా విధానం
అల్లకల్లోలంతో, అతివేగంగా మారుతున్న విపణివీధిలో మీ పోటీదారులను మించి ఆలోచించటం, వారిని మించి అమ్మకాలు సాధించటం, వారిని మించిన వ్యూహాలు పన్నటంఎలా, ఎలా?

నవ శకానికి నాయకత్వం
నిర్వహణకు, ప్రేరణకు, ఇంతకు మునుపటికంటే మెరుగైన ఫలితాలకు, అత్యంత శక్తివంతమైన నాయకత్వ సూత్రాలు అమలు జరపటం ఎలా?

పురోగామి విక్రయవ్యూహాలు

ఆధునిక విక్రయ వ్యవస్థలో పురోగామి విక్రయవ్యూహాలు ప్రయోగించి మీ పోటీదారులకంటే మిన్నగా ఆలోచించి, వారికంటే మిన్నగా అమ్మకాలు జరిపి మేలైన ఫలితాలు సాధించటం ఎలా?

వ్యక్తిగత ఉత్పాదన శక్తి

కట్టుదిట్టంగా నడపటం, ప్రాధాన్యత నిశ్చయించటం, కీలక వ్యవహారాలమీద ఏకాగ్రం చేయటం, వాయిదాలు వేసే అలవాటు మానటం, అత్యంత ప్రాముఖ్య వ్యవహారాలమీద ఏకాగ్రచిత్తం వహించటం, మిగిలినవారు వారంలో సాధించేది ఒకరోజులోనే సాధించటం ఎలా? ప్రతి రంగంలోనూ అత్యంత ఉత్పాదకులైన వ్యక్తుల వ్యూహాలు, టెక్నిక్ లు ఇక్కడ నేర్చుకుంటారు.

రాబోయేమీసమావేశము,లేదాసదస్సులోబ్రయాన్‌ప్రసంగించాలంటే, www.briantracy.com లో బ్రయాన్ ట్రేసీ ఇంటర్నేషనల్ దర్శించండి. లేదా ఉచిత ప్రమోషనల్ ప్యాకేజ్ కై 858-436-7300 కాల్ చెయ్యండి. మీకు, మీ అవసరాలకు తగినట్లు బ్రయాన్ తమ ప్రసంగాన్ని రూపుదిద్దుతారు.

ఘనమైన వాణిజ్య నిర్మాణం

వాణిజ్యంలో సంపూర్ణ ఆధిపత్యానికి బ్రయాన్ ట్రేసీ సెమినార్

(రెండు రోజుల ప్రత్యక్ష చర్చాగోష్ఠి /వర్క్ షాప్)

ఈ రెండున్నర రోజుల వాణిజ్య ఆధిపత్య చర్చాగోష్ఠిలో బ్రయాన్ ట్రేసీ మీకు క్రియాత్మకం, తక్షణం ఆచరణ యోగ్యమైన MBA ప్రసాదిస్తారు. వ్యాపార సఫలతకు అత్యవసరమైన అత్యంత శక్తివంతమైన పదిసూత్రాలు నేర్చుకుంటారు. వాటిని మీరు మర్నాటినుంచే అమలు జరుపవచ్చు.

ఈ రెండురోజుల కార్యక్రమంలో మీరు ఆచరణయోగ్యమైన కార్యక్రమంలో పాల్గొంటారు. ఇక్కడ అభ్యాసాలు అన్నీ కనువిప్పు కలిగించేవిగా ఉంటాయి. వాటిలో ప్రతిఒక్క సూత్రాన్నీ మీరు వెంటనే, సెమినార్ పూర్తికాక మునుపే కూడా అమలు జరుపవచ్చు. మీ సహోద్యోగులతో మీ బలాబలాలు,

సవాళ్లు, మహోన్నత అవకాశాలు చర్చించి మీ వ్యాపారంలో అమలు జరుపుతారు. మీ అమ్మకాలు పెంచి, మీ ఖర్చులు తగ్గించి, మీ లాభాలు వృద్ధి చేసే పథకంతో, అక్షరాల వ్రాసిన పథకంతో మీరు సెమినార్ నుంచి బయటకి నడుస్తారు.

కార్యనిర్వాహకులుగా మీ దక్షత మెరుగవుతుంది. వ్యాపార సాఫల్యానికి అవసరమైన ముఖ్యమైన అంకెలు ఎలా ఉత్పత్తి చెయ్యాలో నేర్చుకుంటారు.

వ్యాపారంలో ముఖ్యమైన పదిరంగాలను ఆకళింపు చేసుకొని మీ పరిశ్రమలో ఉత్తములలో ఒకరు అవుతారు.

ఈ కార్యక్రమం అంతా, సమూలంగా ఒక్కొక్కరికిగాని, సంస్థలకు గాని,
మహాసంస్థలకుగాని ప్రదర్శించటానికి అనుకూలం.

అదనపు సమాచారానికై www.briantracy.com/tb దర్శించండి లేదా (858) 436-7300 కాల్ చెయ్యండి.

ఏ వ్యాపారం, ఏ విపణివీధిలోనైనా సరే నిలదొక్కుకుని,
కొనసాగి, ఎదగటానికి అవసరమైన ఆచరణ యోగ్యము,
రుజువైన పాటవాలు, తంత్రాలు నేర్చుకోండి.

క్రిస్టినా ట్రేసీ స్టెయిన్

మానసిక చికిత్సకురాలు, వ్యవహార శిక్షకులు, దోహదకారి

క్రిస్టినా ట్రేసీ స్టెయిన్ ఈ క్రింది సేవలు అందిస్తారు:

మానసిక చికిత్స

క్రిస్టినా చికిత్సకులు. కలిసి పనిచేయటమంటే, ఒక బాంధవ్యం వికసించటమేనని ఆమె విశ్వాసం. ఆమె అవ్యాజ సుముఖ ఆదరాభిమానాల మధ్య పెరిగారు. ప్రామాణికమైన జీవితానికి ప్రతిఒక్కరూ యోగ్యులేనని ఆమె విశ్వాసం. మీరు మీ యదార్థం కనుక్కోవటానికి సమర్థులని, మీ సంభావ్యశక్తి పూర్తిగా ప్రయోగించటంలో మీ వాస్తవాన్ని జోడించగలరనీ ఆమె సంపూర్ణ విశ్వాసం.

చికిత్స అనేది పరస్పర సహకారం అని ఆమె దృఢ విశ్వాసం. మిమ్మల్ని స్వయంశక్తియుతులను చెయ్యటం చికిత్సకులుగా ఆమె లక్ష్యం. అప్పుడు మీరు జీవితంలో శక్తివంతులుగా అనుభూతి చెంది ఈ క్రింది కార్యాలు సాధించగలుగుతారు.

★ సంతృప్తికరమైన బాంధవ్యాలు సృష్టించటం.
★ ఒత్తిడి, ఆదుర్దా సమర్ధించుకోవటానికి మేలైన మార్గాలు వెతకటం
★ మీకు స్తబ్ధత, వ్యాకులత కలిగించే విషయాలు చక్కదిద్దటం
★ జీవితంలో ఆనందం, సంతృప్తి, అర్ధము సాధించటం
★ దురలవాట్లు, స్వీయధ్వంసం కలిగించే అలవాట్లు మానటం
★ మీ ఆత్మాభిమానం, ఆత్మవిశ్వాసం మెరుగుపరచటం
★ మిమ్మల్ని మీరు ప్రేమించటం, మెచ్చుకోవటం
★ మీ జీవితంతో పెనవేసుకు పోవటం
★ మీకు కలిగే స్వీయపరాజయ ఆలోచనలు సవాలు చెయ్యటం
★ ఆరోగ్యవంతమైన సమర్ధమైన వ్యూహాలు పెంపొందించటం
★ విముఖ భావాలు అర్ధం చేసుకోవటం

వ్యక్తిగత సామర్ధ్యానికి శిక్షణ

క్రిస్టినా ఉచిత సంప్రదింపుతో సహాయపడుతారు. ఇక్కడ చికిత్స పొందదలచినవారు ఒక ప్రశ్నావళికి సమాధానాలు నింపుతారు. ఆ తర్వాత ఇరవైముప్ఫయినిమిషాలు క్రిస్టినాతో కూర్చొని చర్చించి తమకు కోచింగ్ అవసరమా లేదా అన్న విషయం ధృవపరుచుకుంటారు. మీ ఆలోచనావిధానం, అనుభూతులు అవగాహన చేసుకోవటానికి క్రిస్టినా DISC అసెస్మెంట్ పద్ధతి వినియోగిస్తారు. మీ వ్యక్తిత్వం అవగాహన అయిన తర్వాత ఆమె మీ జీవితంలో అన్ని కోణాలూ పరిశీలించటానికి మీతో కలిసి కృషి చేస్తారు. ఆ పునాదిమీద మీరు మీ లక్ష్యాలు ఏర్పరుచుకుంటారు. ఇద్దరూ కలిసి ఆ లక్ష్యాల దిశగా పయనం సాగిస్తారు. మీ ఆనందము, సామర్ధ్యము, సఫలత ఇక్కడ అంతిమ లక్ష్యం.

ఆరోగ్యవంతమైన లైంగిక సంబంధాలు, సంప్రదింపులు, ప్రయోగశాలలు

తన సలహా సంప్రదింపులలో క్రిస్టినా లైంగికతకు, కామానికి చాలా ప్రాముఖ్యత ఇస్తారు. సృజనాత్మకశక్తి గ్రహించి జీవశక్తి అనుభూతి చెందటానికి ఆరోగ్యకరమైన లైంగికత అత్యవసరమని ఆమె దృఢవిశ్వాసం. ఈ ప్రపంచంలో సజీవంగా చురుకుగా వ్యవహరించటానికి, వ్యక్తిగతమైన శక్తిసామర్థ్యాలు అనుభూతి చెందటానికి మీ అద్వితీయమైన కామోద్దీపక ప్రకృతి గుర్తించి, వ్యవహరించటం అవసరమంటారు క్రిస్టినా.

క్రిస్టినా తన ప్రైవేట్ ప్రాక్టీస్‌లో రెండునెలలకు ఒకసారి ప్రయోగశాలలు నిర్వహిస్తారు. ఈ ప్రయోగశాలలు నిర్వహించటానికి ప్రైవేట్ సంస్థలు కూడా ఆమెను నియోగిస్తూ ఉంటాయి. ప్రయోగశాల కోర్స్ హాజరు అయిన తర్వాత అందులో పాల్గొన్నవారిని వ్యక్తిగత సంప్రదింపులకు ప్రోత్సహిస్తారు ఆమె. ఈ వ్యక్తిగత సంప్రదింపులవల్ల ప్రయోగశాలలో తెలుసుకున్న విషయాలను అమలుపరచటంలో ఒక క్రమము, దృఢత్వం ఏర్పడుతాయి. ఆమె ఫోన్ ద్వారా సంప్రదింపులకు అందుబాటులో ఉంటారు.

చికిత్స, శిక్షణ, ప్రయోగశాలలను గురించి అదనపు సమాచారానికై www.christinatracystein.com దర్శించండి లేదా (310) 712-5441 కాల్ చెయ్యండి.

రచయితలను గురించి

బ్రయాన్ ట్రేసీ వృత్తిపరంగా వక్త,శిక్షకులు, సలహాదారులు. సొలానా బీచ్ కాలిఫోర్నియాలో ఉన్న బ్రయాన్ ట్రేసీ ఇంటర్నేషనల్ సంస్థ చైర్మన్.

బ్రయాన్ జీవితపాఠాలు కష్టాలబాటన నేర్చుకున్నారు. చదువు పూర్తికాకుండానే ఆయన హైస్కూల్ విడిచిపెట్టారు. చాలాసంవత్సరాలు కూలిపనులు చేశారు. మూడవ దశకం వయసులో ఆయన అమ్మకాల ఉద్యోగం సంపాదించి వ్యాపారంలో నిచ్చెన ఎక్కటం మొదలు పెట్టారు. నిరంతరమూ చదువుతూ తనకు నచ్చిన భావాలు, పద్ధతులు, టెక్నిక్ లు ప్రయోగించుతూ ఆయన 276 మిలియన్ డాలర్ల డెవలప్ మెంట్ సంస్థ ఛీఫ్ ఆపరేటింగ్ ఆఫిసర్ అయ్యారు.

ఆయన 1981 లో తన సఫలతాసూత్రాలు దేశవ్యాప్తంగా సెమినార్లు, ప్రసంగాలలో బోధించటం మొదలు పెట్టారు. ఈనాడు ఆయన పుస్తకాలు, ఆడియో కార్యక్రమాలు, వీడియో సెమినార్లు ముప్పయి ఎనిమిది భాషలలోకి అనువాదం అయ్యాయి. యాభై ఎనిమిది దేశాలలో ఉపయోగించ బడుతూ ఉన్నాయి.

ఆయన ఉత్తమ అమ్మకాలు సాధించిన రచనలు యాభైకి పైగా చేశారు. ఈట్ దట్ ఫ్రాగ్, గోల్స్, మాక్సిమం అచీవ్ మెంట్,ఎడ్వాన్స్డ్ సెల్లింగ్ స్ట్రాటజీస్, ఫోకల్ పాయింట్, ది 100 ఆబ్సల్యూట్లీ అన్ బ్రేకబుల్ లాస్ ఆఫ్ బిజినెస్సక్సెస్, వాటిలో కొన్ని.

ఆయన ఐదువందలకు పైగా ఆడియో, వీడియో కార్యక్రమాలు రచించి తయారు చేశారు. ఇవి అన్నీ విశ్వవ్యాప్తంగా ఉపయోగంలో ఉన్నాయి.

బ్రయాన్ వైవాహిక జీవితం ఆనందమయం. ఆయనకు నలుగురు సంతానం. ఆయన సామాజిక కార్యక్రమాలలో చురుకుగా పాల్గొంటారు. కాలిఫోర్నియా, సొలానా బీచ్ లో నివాసం.

క్రిస్టినా ట్రేసీ స్టెయిన్ యూనివర్సిటీ ఆఫ్ సదరన్ కాలిఫోర్నియా నుంచి మనస్తత్వ శాస్త్రంలో పట్టభద్రులయారు. ఆన్టియోక్ యూనివర్సిటీ నుంచి క్లినికల్ సైకాలజీలో ఆచార్య పట్టా సంపాదించారు, కాలిఫోర్నియా బోర్డ్ ఆఫ్ బిహేవియరల్ సైన్సెస్ వారి మారేజ్ అండ్ ఫ్యామిలీ తెరపిస్ట్ లైసెన్స్ సంపాదించారు. ఆమె అమెరికన్ ఎసోసియేషన్ ఫర్ మ్యారేజ్ అండ్ ఫ్యామిలీ థెరపీ, కాలిఫోర్నియా ఎసోసియేషన్ ఆఫ్ మ్యారేజ్ అండ్ ఫ్యామిలీ థెరపీ సంస్థలలో సభ్యులు. న్యూట్రిషన్ అండ్ లైఫ్ స్టైల్ కోచ్ గా కూడా ఆమె సర్టిఫికేట్ సంపాదించారు.

స్వంత ప్రాక్టీస్ మొదలుపెట్టక మునుపు క్రిస్టినా మేపుల్ కౌన్సెలింగ్ సెంటర్ (బెవెర్లీ హిల్స్, కాలిఫోర్నియా) లో ఉద్యోగం చేశారు. అక్కడ ఆమె నమోదులు, పరిక్షలు, వయోజనులకు సలహా, బృంద కార్యక్రమాలలో పాల్గొన్నారు. వ్యాధి నిర్ణయం, మానసిక చికిత్స, వ్యక్తిగత సలహాలలో వ్యక్తులతో ఒకరొకరుగా, దంపతులతో, బృందాలతో ఐదువేల గంటలు సలహాలు, సంప్రదింపుల అనుభవం గడించారు.

వ్యక్తిత్వ వికాస శిక్షకులుగా క్రిస్టినా వ్యక్తిగతంగా ఒక్కొక వ్యక్తికి చికిత్స జరుపుతారు. వారి జీవితంలో అన్ని అంశాలూ పరిశీలించి, స్పష్టమైన లక్ష్యాలు ఏర్పరిచి, తద్వారా వారిని ప్రభావశాలురుగా, సఫలురుగా తీర్చి దిద్దుతారు. అంతర్ దృష్టి, ఆచరణాత్మక సమాచారము, వారికి ప్రయోజనకరమైన వనరులు అందించి వ్యక్తివికాసానికి తోడ్పడుతారు.

ప్రతి ఒక్కరూ తమ సత్యాన్ని కనుగొన గలరనీ, ఆ సత్యానికి అనుగుణంగా తమ సంభావ్యశక్తి అందుకోగలరనీ ఆమె విశ్వాసం.

చికిత్సకులుగా, శిక్షకులుగా, దోహదకారిగా ఆమె తన క్లయంట్లతో సహకరించి కృషి చేస్తారు.

క్రిస్టినా శాంటా మోనికా (కాలిఫోర్నియా) ప్రైవేట్ ప్రాక్టీస్ నడుపుతారు. ఆమెకు వివాహమైంది. ఆమెకు ముగ్గురు పిల్లలు. అందుబాటులో ఉంటారు.

చికిత్స, శిక్షణ, ప్రయోగశాలలను గురించి అదనపు సమాచారానికై
www.christinatracystein.com దర్శించండి
లేదా (310) 712-5441 కాల్ చెయ్యండి.